2

సమాప్తము

శ్రీయన గౌరి నాఁ బరఁగు ♦ [1]చెల్వకుఁ జిత్తము పల్ల
వింపభ । ద్రాయితమూర్తియై హరిహ♦రం బగురూ
పముదాల్చి విష్ణురూ। పాయ నమశ్శివాయ యని♦
పల్కెడుభక్తజనంబు వైదిక । ధ్యాయిత కిచ్చు
మెచ్చుపర ♦ తత్త్వముఁ గొల్చెద నిష్టసిద్ధికిన్. 1

—♦ కృతినిర్మాణప్రస్తావన. ♦—

అని సకలబ్రహ్మప్రార్థనంబు సేసి తత్ప్రసా[2]దాసాదితకవిత్వ తత్త్వనిరతిశయానుభావానందభరితాంతఃకరణుండ నగుచుండి యొక్కనాఁ డిట్లని వితర్కించితి. 2

విద్వత్సంస్తవనీయభవ్యకవితా ♦ వేశుండు విజ్ఞానసం
పద్విఖ్యాతుఁడు సంయమిప్రకరసం♦భావ్యానుభావుండు గృ
ష్ణద్వైపాయనుఁ డర్థిలోకహితని♦ష్ఠం బూని కావించె ధ
ర్మాద్వైతస్థితి భారతాఖ్య [3]మగు లే♦ఖ్యం బైన యామ్నా
యమున్. 3

---

1. క. చెల్వల. 2. క. గ. దోదితకవిత్వ. 3. క. ఖ. మగునా♦
మ్నాయంబు లేఖ్యంబుగాన్.

ఉ. ఆదరణీయసారవివి ♦ ధార్థగతిస్ఫురణంబు గల్గి య
ష్టాదశపర్వనిర్వహణ ♦ సంభృతమై పెను పొంది [1]యుండ నం
దాదిఁ దొడంగి మూఁడుకృతు ♦ లాంధ్రకవిత్వవిశారదుండు వి
ద్యాదయితుం డొనర్చె మహి ♦ తాత్ముఁడు నన్నయ భట్టు
దక్షతన్. 6

మ. హృదయాహ్లాది చతుర్థ మూర్జితకథా ♦ పేతంబు నానారసా
భ్యుదయోల్లాసి విరాటపర్వ మట యు ♦ ద్యోగాదులుం
గూడఁగాఁ బదియేనింటఁ దెనుంగుబాస జనసం ♦ ప్రార్థ్యంబు
లై పెంపునం దుది ముట్టఁగా రచియించు [illegible] బుధసం ♦
తోషంబు [2]నిండారఁగన్. 7

క. అని రచనాకౌతుకమున
మన మలరఁగ నీప్రబంధ ♦ మండలి కథినా
థునిగా నేపురుషునిఁ జే
కొనువాఁడనో యనుతలంపు ♦ గూరినమదితోన్. 8

వ. ఇంచుక నిద్రించుసమయంబున. 9

సీ. మజ్జనకుండు స ♦ మ్యాన్యగౌతమగోత్ర
మహితుండు భాస్కర ♦ మంత్రితనయుఁ

---

1. చ. జ. యుండు. 2. క. గ. నిండారుటన్.

విత్రశీలుఁడు సాంగ ♦ వేదవేది

తే. యర్థిఁ గల వచ్చి వాత్సల్య ♦ మతిశయిల్ల
నస్మదీయప్రణామంబు ♦ నాదరించి
తుష్టి [2]దీవించి కరుణార్ద్ర ♦ దృష్టిఁ జూచి
యెలమి నిట్లని యానతి ♦ యిచ్చె నాకు.

వ. "కి మస్థిమాలాం కిము కౌస్తుభం వా, పరిష్క్రియాయాం బహుమన్యసే త్వమ్ । కిం కాలకూటః కిము వా యశోదా, స్తన్యం తవ స్వాదు వద ప్రభో మే॥" యని నీవు దొల్లి రచియించినపద్యంబు గాఢాదరంబున నవధరించి భక్తవత్సలుండగు హరిహరనాథుండు నీదెస దయాళుండై యునికిం జేసి నిన్నుం గృతార్థునిఁ జేయం గార్యార్థి యయి నాకలోకనివాసి యయిన నాకుఁ దనదివ్యచిత్తంబునం గలయకారుణ్యంబు తెఱం గెఱుంగునట్టిశక్తిం బ్రసాదించి నన్ను నాకర్షించి కొలిపించికొని వీఁడె విజయంచేయుచున్నవాఁ డనుచుం జూపుటయు నవి శేషసంభ్రమసంభరితహృదయుండనయి యవ్వలనుం గనుంగొనునప్పుడు.

---

1. 'విస్తృతిస్ఫారుఁ'డని యుండిన సమంజముగా నుండును. 2. చ. దీపించు.

క్షణ [2]మన గరళంబు ♦ చాయ దొ

ప్రథమాద్రిఁ దోఁతెంచు ♦ భానుబింబము నా ను

రమ్మునఁ గౌస్తుభ ♦ రత్న మొప్ప

తే. సురనదియును గాళిందియు ♦ బెరసినట్లు

కాంతిపూరంబు శోభిల్ల ♦ శాంతమూర్తి

నామనంబు నానందమ ♦ గ్నముగఁ జేయ

నెలమి సన్నిధి సేసె స ♦ ర్వేశ్వరుండు.

వ. ఏనును భక్తిమయం బగుసాష్టాంగదండప్రణామం రించి కొండొక దొలంగి వినయావనతుండనై లలా భాగంబున నంజలిపుటంబు ఘటించి నయనంబు యవంబులును ప్రమదబాష్పసలిలవిలులితంబులును పటలపరికలితంబులునుం గా నంతంత నిలిచిన నద్దేవుఁ

క. అనుకంపాతిశయంబునఁ

దనదక్షిణనేత్రమును సు ♦ ధారోచియ కా

నను వింత లేక చూచి వ

దనమున దరహాసరసము ♦ దళుకొత్తంగన్.

---

1. ఖ. గ. మెఱసిన. 2. క. మనఁగ గళంబు ♦ చాయ.

శోభిల్లు.

వ. అందును. 16

క. పారాశర్యనికృతి యయి
భారత మను పేరఁ బరఁగు ♦ పంచమవేదం
బారాధ్యము జనులకుఁ ద
ద్గౌరవ మూహించి నీ వ ♦ ఖండిత[1]భక్తిన్. 17

తే. తెనుఁగు బాస వినిర్మింపఁ ♦ దివురు టరయ
భవ్యపురుషార్థతరుపక్వ ♦ ఫలము గాదె
దీని కెడ నియ్యకొని వేడ్క ♦ నూని కృతిప
తిత్వ మర్థించి వచ్చితిఁ ♦ దిక్కశర్మ. 18

వ. అనిన నద్దివ్యవచనామృతంబు నాయుల్లంబున వెల్లికొనినఁ బునఃపునఃప్రణామంబు లాచరించి యప్రమేయప్రభావ భావనాతీతుం డయ్యును నప్పరమేశ్వరుం డాశ్రితులకు నత్యంతసులభుం డని బుధులవలన వినియునికిం జేసి నను బోటి బాలస్వభావునకు నిట్టిమహనీయమహిమ దొరకొనుటయుం గలుగునకాక యని తలంచుచు నవ్విభునకు విన్నపంబు సేయువాఁడ నయి కొమ్మనామాత్యు నాననం బాలోకించి తదనుమతి వడసి యిట్లంటి. 19

---

1. చ. జ. బుద్ధిన్.

ఉ. ఇంతకు నచ్యుతునకు న ొక ♦ యింతటిచేలొన మదియువాణి న
త్యంతవిభూతిఁ బెం పెసఁగు♦నట్టినినుం గొనియాడఁ జేత దా
నెంతటిపెద్ద నీకరుణ ♦ నిట్లు పదస్థుఁడ నైతి నింక జ
న్మాంతరదుఃఖముల్ వొలఁగు♦నట్లుగఁ జేసి సుఖాత్ముఁ
జేయవే. 21

వ. అని యుపలాలితుం డగుడింభకుండు దనకొలంది యెఱుం
గక మహాపదార్థంబు వేఁడువిధంబున బ్రహ్మానందస్థితిం
గోరి సర్వాంగాలింగిత మహీతలం బగునమస్కారంబు
సేసిన నజ్జగన్నాథుండు. 22

తే. జననమరణాదు లైనసం ♦ సారదురిత
ములకు నగపడ [2]కుండఁగ ♦ దొలఁగఁ దెరువు
గనువెలుంగు నీకిచ్చితి ♦ ననిన లేచి
నిలచి సంతోష మెద నిండ ♦ నెలవుకొనఁగ. 23

వ. మేలుకాంచి. 24

క. ఎలమియు నచ్చెరువును సరి
నెలసి [3]పొదలు మానసమున ♦ నెంతయుఁ బ్రొద్దేఁ

---

1. గ. ఘ. మహిమముగ. 2. క. జ. కుండుని ♦ మ్ములకుఁ దెరువు.
3. క. పొదువు. 4. చ. జ. సభక్తి.

పట్టునఁ బూజ్యమూర్తియగు♦భారతసంహితఁ జెప్పఁగంటినా
పుట్టుఁ గృతార్థతం బొరసెఁ♦బుణ్యచరిత్రుఁడ నైతి నవ్విభుం
గట్టెదఁ బట్ట మప్రతిమ ♦ కారుణికత్వమహావిభూతికిన్. 27

ఉ. కూర్చుటనూత్నరత్నమున♦కుం గనకంబునకుం [1]దగున్ జనా
భ్యర్చిత మైనభారత మ ♦ పారకృపాపరతంత్రవృత్తిమైఁ
బేర్చినదేవదేవునకుఁ ♦ బ్రీతిగ నిచ్చుట సర్వసిద్ధి నా
నేర్చినభంగిఁ జెప్పి వర♦ణీయుఁడనయ్యెద భక్తకోటికిన్. 28

వ. ఇది యనన్యసామాన్యాకారం బగుపరమధర్మప్రకారంబు 29

ఉ కావున భారతామృతము♦కర్ణపుటంబుల నారఁ గ్రోలి యాం
ధ్రావలి మోదముం బొరయు ♦ నట్లుగ సాత్యవతేయ[2]
సంస్కృతి । శ్రీవిభవాస్పదం బయిన ♦ చిత్తముతోడ మహా
కవిత్వదీ । క్షావిధి నొంది పద్యముల ♦ గద్యములన్ రచి
యించెదం గృతుల్. 30

వ. అని పూని యీదృశంబు లగుపుణ్యప్రబంధంబులు దేవ
సన్నిధిం బ్రశంసించుటయు నొక్కయారాధనవిశేషం బగు
టం జేసి. 31

---

1. గ. జ. దగన్. 2. క. ఖ గ. సంస్కృతశ్రీవిభవాశ్రితం బయిన.

క. త్రిభువనశుకదృఢపంజర
విభవమహితునకు సమస్త ♦ విష్టపనిర్మో
కభుజంగపతి కఖిలజగ
దభిన్నరూపునకు భావ ♦ నాతీతునకున్. 33

క. శ్రుతిసీమంతమణికి నా
శ్రితవాంఛాపూర్తికరణ ♦ చింతామణి కా
నతదురిత తమోద్యుమణికిఁ
గ్రతుభూషణమణికి లోక ♦ రక్షామణికిన్. 34

క. పరమశమ నిరతసంయమి
వరమానస[1]కుముదహాస ♦ వర్ధనచంచ
చ్చరణనఖచంద్రికావి
స్ఫురణాచిత్రప్రకార ♦ శోభాఢ్యునకున్. 35

క. హరిహరనాథునకు మరు
త్సరిదా కల్పితమనోజ్ఞ ♦ చరణశిరస్సుం
దరమూర్తికి భావనత
త్పరచేతోయుక్తభక్త ♦ పరతంత్రునకున్. 36

1. క. గ. చ. కమలహంస వర్తన.

ఘు

స్ఫురణా పరిచయరంజిత
చరణా వనమాలికా భు ♦ జంగాభరణా. 38

క. అజగవశార్ఙ్గాలంకృత
భుజగర్వనిరస్తదైత్య ♦ భూమస్తుత్యా
త్రిజగద్ధారణనిత్యా
భుజగసమాచరితశయన ♦ భూషణకృత్యా. 39

క. జలనిధిహిమవద్భూధర
కలితజనన కేళికాతు ♦ కవ్యక్త్యావ్య
క్తలలితసౌందర్యస్ఫుర
దలఘుతనుశ్రీసనాథ ♦ హరిహరనాథా. 40

వ. దేవా దివ్యచిత్తంబున నవధరింపుము. 41

ఆ. కథ జగత్ప్రసిద్ధ ♦ గావునఁ బూర్వప
ర్వార్థయుక్తి సేయు ♦ నట్టియెడల
యత్నమించుకంత ♦ యయినను వలవదు
వలసినట్లు సెప్ప ♦ వచ్చి యుండు. 42

వ. మహాభారతంబు సమస్తదురితాపహంబును నభిమతశుభావహంబునుం గావున నొక్క మహాఫలంబుగోరి జనమేజ

4. గ. జ. యమ్మహావాక్యంబు.

గనుష్ఠానంబు సవిస్తరంబుగా విని జనమేజయుండు వైశం
పాయనున కిట్లనియె. 43

చ. మహితసముజ్జ్వలాకృతులు ♦ మానధనుల్ జనమాన్యు
లంగనా । సహితము గాఁగ నేమిగతి ♦ సమ్యగుపాయని
గూఢవృత్తిమై । సహితుల కప్రభేద్యమగు ♦ నాపదు
మూఁడగునేఁడు మత్పితా । మహులు చరించి రంతయుఁ
గ్ర ♦ మంబున నా కెఱుఁగంగఁ జెప్పుమా. 44

క. అని యడిగిన వైశంపా
యనుఁ డమ్మనుజేంద్ర చంద్రు ♦ నధికౌత్సుక్యం
బునకలిమికిఁ దనహృదయం
బున గాఢాదరము భరిత ♦ ముగనిట్లనియెన్. 45

వ. పాండవులు వనవాసంబు సముచితంబుగాఁ జలిపి పండ్రెండగు
నేఁటికడపటఁ దమకు ధర్మదేవతాసమాగమం బయ్యినం
దత్ప్రసాదంబున నజ్ఞాతవాసంబునకు భంగంబు గాకుండ
వరంబువడసి యంతకు మున్ను తమ వెనుక నడవులం దిరు
గుచు నగ్నిహోత్రంబులఁ దోడన కొని వత్తిల్లుభూసురోత్త
ములు దమ్ముం బరివేష్టించి యుండఁ దా రనుష్ఠింపం

[illegible]

బొందితి రోకభంగిఁ ♦ బోయెఁగాల
మిది పదమూఁడగు ♦ నేఁడు మా కజ్ఞాత
వాసంబు సలుపంగ ♦ వలయు నిందు
ధార్తరాష్ట్రులు సూత ♦ తనయసౌబలులును
జెఱుపన వేతురు ♦ [1]చిన్నసన్న

ఆ. యెఱిఁగిరేని జాల ♦ నెగ్గువాటిల్లు న
ట్లగుట మమ్ము నింక ♦ నతిరహస్య
వృత్తిమై నిరస్త ♦ విఘ్నులరై చరి
యింపుఁ డని యనుగ్ర ♦ హింపవలయు. 47

వ. అని చెప్పి రట్టిసమయంబున ధర్మనందనుండు విషణ్ణహృద
యుండై. 48

క. ఒకనాఁ డేమును నాపద
లకు విడువరఁ గాంచి విప్రు ♦ లం జట్టలఁ బె
ట్టుకొనిసుఖ ముండఁ బడయుదు
మొకో యిప్పు డెందుఁ గలదె ♦ యొరు లెవ్వరికిన్. 49

వ. అని డగ్గుత్తిక వెట్టి దుఃఖపరవశుం డగుటయు నమ్మహీసుర
వరులుం దమ్ములు నతని నాశ్వాసించు చుండఁ దత్పార్శ్వం

---

1. చ. చిన్నిసన్న.

త్కర్మవిధిజ్ఞతం జతుర ♦ తాముహిమన్ దృఢబుద్ధి నెవ్వరున్
ధర్మజుపాటి గా రనఁగ ♦ ధాత్రిఁ బ్రసిద్ధుఁడ వైనయట్టినీ
పేర్మికి నీడె దుర్దశల ♦ పెల్లునకున్ [1]దురపిల్లు టారయన్.

వ. అట్లుం గాక, 52

క. దేవతలకైన నొక్కొక
చో వలయున కాదె శత్రు ♦ సూదనవిధికా
లావాప్తికి మును దమస
[2]ద్భావంబు లడంచి యుడుగఁ ♦ బడి యుండంగన్. 53

సీ. నిషధాద్రియం దని ♦ మిషపతి ప్రచ్ఛన్న
సంచరణమున వ ♦ ర్తించుటయును
నదితిగర్భంబున ♦ నవతార మై వామ
నాకారమున హరి ♦ యడఁగుటయును
జననియూరుప్రదే ♦ శంబున నతినిగూ
ఢంబుగా నౌర్వుండు ♦ డాఁగుటయును
ధేనుశరీరవిలీనుఁడై ♦ యజ్ఞాత
చర్య మార్తాండుండు ♦ సలుపుటయును

---

1. 'దురుపిల్లు' అని వ్రా. ప్ర. 2. క.గ. ద్భావము లడఁచి ?
యొదిఁగి పడి.

తనచిత్తముకలఁక దేఱి ♦ ధర్మతనూజుం
డనుజన్మల దెసఁ జూచిన
ననిలసుతుం డిట్టు లనియె ♦ నాతనితోడన్. 55

మ. భవదాజ్ఞాదృఢబంధసంయమితశుం ♦ భద్వేగ మై కాక నాఁ
డవలీలన్ మనయర్జునద్విపము క్రో ♦ ధావేశదుర్దాంతద
ర్పవిలాసోద్భటభంగి నే పడరి కౌ ♦ రవ్యాంబుజశ్రేణిఁ జి
క్షువడంజేయదెయొక్కవ్రేల్మిడిననీ ♦ కుఱ వేడ్కసంధిల్లగన్

వ. అనిన విని ధర్మనందనుండు దెలి వొందిన మొగంబుతోఁ
శిరఃకంపంబు సేసె నట్టిసమయంబున నవ్విప్రులందఱు
నొక్క మొగిన మీతలంపునకు దైవం బనుకూలంబు
గావుత మని పాండుపుత్రుల దీవించి పునర్దర్శనం బయ్యెడు
మనుచు వీడ్కొని నిజస్థానంబులకుం జనిరి తదనంతరంబ
బాహ్యపరివారం బెల్లను సముచితప్రకారంబున వీడుకోలు
వడసి తమతమపొందుపట్లకుం బోయిన. 57

ఉ. తమ్ములు ధౌమ్యుఁడున్ సతియుఁ ♦ దా నరదంబులతోడఁ
గ్రోశమా । త్ర మొక్కచోటి కల్లఁ జని ♦ ధర్మతనూభవుఁ
డందు నాఁటిరే । యిమ్ములఁ జల్పి వేగుటయు ♦ నీప్సిత

1. క. ప్రబల.

ద్దినములు గడపంగ నెద్ది ♦ దెఱఁ గయ్యెడినో. 59

వ. అనిన నతం డిట్లనియె. 60

తే. ధర్మదేవత నీదుస♦త్కర్మమునకు
మెచ్చి యెంతయుఁ బ్రీతిమై ♦ నిచ్చినట్టి
వరము గలుగంగ మనమేమి ♦ వర్తనమున
నెచటనున్నను నొరులకు ♦ నెఱుఁగనగునె. 61

వ. కురుజనపదంబుచుట్టుం బాంచాల చేది మత్స్యసాళ్వవిదేహ బాహ్లిక దశార్ణ శూరసేన కళింగ మగధదేశంబులు సుభిక్షంబులు జనాకీర్ణంబులు నతిస్థిరంబులు నై నివాసయోగ్యత గలిగి యున్నయవి యని విందుము వానియందు మీకుం జూడం బోలినయెడఁ దగినచందంబున నిలుచువారము గాక యనినం బ్రియంబాది ధర్మనందనుం డిట్లనియె. 62

క. అగు నది యట్టిద దైవము
దగ నిచ్చిన యవ్వరంబు ♦ దప్పునె మనకుఁ
విగతభయవాసయోగ్యం
బుగ నొక్కెడ సెప్పుఁ డిపుడ ♦ పోవఁగ వలయున్. 63

క. మనలోన నెవ్వఁ డెమ్మెయి
పనివెంటను విరటుమనము ♦ వడయుద మది యె
ల్లను నేర్పరించి యందఱుఁ
దనతనమది నున్న తెఱఁగు ♦ తథ్యమ చెప్పుఁడా. 65

వ. అనిన విని సవ్యసాచి సవితర్కంబును సవిషాదంబును సగౌర
వంబునుం గా నతని నుపలక్షించుచు నిట్లనియె. 66

సీ. మహనీయమూర్తియు ♦ మానవైభవమును
సౌకుమార్యంబును ♦ 1సరళతయును
మార్దవంబుఁ బ్రభుత్వ ♦ మహిమయు నపగత
కల్మషత్వంబును ♦ గౌరవంబు
2శాంతియు దాంతియుఁ ♦ జాగంబు భోగంబుఁ
గారుణ్యమును సత్య ♦ సారతయును
ధర్మమయక్రియా ♦ తత్పరత్వంబును
గీర్తిధనార్జన ♦ క్రీడనంబుఁ

ఆ. గలిగి జనుల నేలఁ ♦ గాని యెన్నండును
నొరులఁ గొల్చి తిరుగ ♦ వెరవు లేని

---

1. చే. సరసతయును. 2. క. గ. దాంతి....త్యాంబు.

టునఁ బుచ్చుచుఁ బ్రస్తుతకా
ర్యనిరూపణదశయ మెఱియ ♦ నతఁ డిట్లనియె

క. సన్న్యాసివేషమున రా
జన్యునిఁ గని యెపుడుఁ గొలిచి ♦ సభ్యత్వముఁ
మాన్యుఁడ నై పుణ్యకథా
విన్యాస మొనర్తు నతని ♦ వేడుకకుఁ దగన్.

క. శ్రౌతస్మార్తనిమిత్త
జ్యోతిర్విద్యలు వహించి ♦ యోగ్యసమయసం
జాతప్రాగల్భ్యుఁడ నై
చాతుర్యము మెఱసి మాన ♦ సం బలరింతున్.

క. ఆతనితో నేకాంతమున
కౌతూహలవృత్తిఁ గిం ద ♦ గం దొడఁగి మృదు
ద్యూతంబునఁ గ్రీడింతుం
జేతోముద మొదవ నతఁడు ♦ శిల్పప్రౌఢిన్.

తే. మణిమయమ్ములుఁగల ధౌత ♦ మయములును
వర్ణమయములు నాది గా ♦ వలయునట్టి
యడ్డసాళులు గలవు నా ♦ కభిమతముగ
వానిఁ గొనిపోయి చూపుదు ♦ వరుసతోడ."

యనిలతనయు నిరీక్షించి తత్కాలజనితం బయిన ఖేదంబు
నం దొరఁగ సమకట్టు బాష్పజలంబులు మగుడ నింకించుచు
నిట్టూర్పు లడంచి ధైర్యం బవలంబించి యి ట్లనియె. 73

సీ. కడిమిమై సౌగంధి ♦ కమున యక్షులమద
మడఁచి కృష్ణకుఁబువ్వు ♦ లట్లు దెచ్చెఁ
గిమ్మీరదానవు ♦ నమ్మాయి నిర్జించి
విగతకంటకముఁ గా ♦ వించె వనము
బకదైత్యుఁ దొడరి యా ♦ భంగి రూపఱఁ జేసి
రక్షించె [1]నేక చ ♦ క్రాపురంబు
నప్పాటఁ బ్రబలు జ ♦ టాసురు నడరి దం
డితుఁ జేసి మనలఁ బె ♦ ట్టించుకొనియె

తే. నితఁడు పుట్టినకోలెను ♦ నెసగ మెసఁగు
దర్పమునన వర్తిల్లును ♦ దగ్రహృదయుఁ
డకట యొరు చిత్తమున కెక్కు ♦ నట్లుగాఁగ
మెలఁగి యేమివిధంబునఁ ♦ గొలుచువాఁడు. 74

వ. అనిన విని భీమసేనుం డి ట్లనియె. 75

---

1. క. ఇట 'ఏకచక్రా' అని మూలమందుఁబోలె స్త్రీలింగముగా నున్నది. ఆదిపర్వమున 'ఏకచక్రంబునవార' లని యన్యలింగముగా నున్నది.

వేఱొకభంగిఁ బాకములు ♦ విన్నను వొప్పఁగఁ జేసి చేసి న
1న్నీఱఁగ బానసీని నొక ♦ నిం బురిఁ గానవియట్లుగాఁగ మే
గాఱియ వెట్టి యైన నొడి ♦ కంబుగ వండును నెల్లకూరలున్.

తే. పఱియవాపంగఁ దునియఁగా ♦ విఱుపవలయు
నెడలఁ గాళ్లలఁ జేతులఁ ♦ దొడలఁబట్టి
కడఁగి చునువుగఁ జేసి 2ప్రా ♦ ల్యుడుదుఁగాని
కత్తి గొడ్డలి యుపుగనేఁ ♦ గట్టియలకు. 78

క. సూపాధ్యక్షుఁడు గలిగిన
నాపురుషునితోడ సఖ్య ♦ మగునట్లుగ నే
నేపాట నైన నడపఁగ
నోపుదుఁ దత్తద్విధప్ర ♦ యోగముల మెయిన్. 79

వ. అట్లుం గాక. 80

తే. జెట్టితండంబుతోడఁ జే ♦ పట్టి పొంత
కారి విఱిచినయట్లు న ♦ గ్గలిక విఱుతు
లాఁగు వేగంబు మెఱసి బ ♦ లంబు నెఱపి
మల్లుతనమున మెప్పింతు ♦ మనుజవిభుని. 81

---

1. చ. జ. నీఱిఁటినబానసి నొకరు ♦ నిం. 2. 'ప్రాయ్యుడుదు'ననుచో పత్తమికిఁ బ్రథమ రాదు. ఇది భాషాశైలి గానోపు. 'ప్రోవిడుదు' ననియుచ్చప్రతులు.

చ. అదియును గాక కోలుపులి ♦ నైనను గారెనుపోతు నైనను |
న్మదకరి నైన నుగ్రమృగ ♦ నాథుని నైనను గిట్టి ముట్టిబె |
ట్టిదముగఁ గాలఁ గేలను గ ♦ డిందిమగంటిమి యుల్లసిల్లఁ బ |
ట్టుదు నడఁగంగ మాత్స్యుఁడు గ ♦ డుం బెఱఁ గందుచు
బిచ్చలింపఁగన్. 83

వ. ఇట్లు నానాప్రకారంబుల నతనిమనంబు వడయుదు వలలుం డనుసమాఖ్య వహింతు నమ్మహీపతి నీ వెవ్వరివాఁడ వని యడిగెనేనిఁ బాండవాగ్రజునకు బానసంబు సేయుదు ననం గలవాఁడ ననిన విని ధర్మజుం డమ్మాయికి సమ్మతించి బీభత్సు వీక్షించి ఘూర్ణమానమానసుండగుచు నిట్లనియె.

ఉ. ఖాండవ మేర్చి దేవతలఁ ♦ గానని యీశ్వరుఁ గాంచె
దోర్బలో | ద్దండమహాసుర ప్రతతి ♦ దర్ప మడంచి ప్రియం
బొనర్చి యా | ఖండలుఁ డున్నగద్దియ న ♦ గంబున నుండె
మహానుభావుఁ డీ | తం డొకమత్స్యుఁ జేరి యను ♦ దాత్తత
నిమ్మాయిఁ గొల్చువాఁడొకో. 85

క. అనుమాటలు విని సంక్రం
దననందనుఁ డిట్టు లనియె ♦ దైవంబుకతం
బున నాకు నొక్కచందం
బున వైయున్నయది దీని ♦ నోఁగా దనుఁడా. 86

గంచుకంబును శంఖవలయంబులును మాటు సేసికొని
విరాటుకడకుం జని. 87

క. ఉత్తమ కన్యాజనులకు
నృత్తము గఱపంగ నాకు ♦ నేర్పు గలదు త
ద్వృత్తమునకు నన్నేలుము
చిత్తమునకు నెక్కఁ బనులు ♦ సేసెదనందున్. 88

కం. అని కొలిచి యే బృహన్నల
యను నామముతోడఁ గన్య ♦ కాంతఃపుర[1]వ
ర్తన మొనరించుచు లాసిక
తనమున నిపుణుండనై ♦ యతని మెచ్చింతున్. 89

క. మానవపతి నన్నొక్కఁడి
దానవు నీ వనియె నేని ♦ ద్రౌపదికడ న
మ్మానంబు వడసి మెలఁగుదు
నానగళుల నృత్యగురువ ♦ ననఁ గలవాఁడన్. 90

తే. అనిన నిది వోలు నని యియ్య ♦ కొని యజాత
వైరి యల్లన నకులుని ♦ వలను సూచి

1. క. నర్తనము.

[illegible]
పుట్టె నెట్లితం । డప్పురి సంచరించునొకో ♦ యన్యు లెఱుం
గక యుండునట్లుగన్. 32

వ. అనిన నప్పలుకులకు నకులుం డిట్లనియె. 99

ఆ. అశ్వశిక్షకుండ ♦ నై మత్స్యభూవిభుఁ
గొలుచువాఁడ గుఱ్ఱ ♦ ములకు వలయు
తెఱఁగు లెల్లఁ జాల ♦ నెఱుఁగుదు రూపుగా
నరయ నేర్తువాని ♦ ననుదినంబు. 94

సీ. గోడిగజాతిలోఁ ♦ గొదమపెంటుల నేర్చి
మావుల హత్తింప ♦ మార్దవంబుఁ
[1]ద్రాళ్లఁ బట్టింపంగఁ ♦ దఱి యైనకొదమల
సంచంబు లెఱిఁగి శి ♦ క్షించు నేర్పుఁ
[2]గళ్యాలఁ బదిలంబు ♦ గానిగుఱ్ఱంబులఁ
గ్రొత్తముట్టున కియ్య ♦ కొలుపువెరవుఁ
బెనఁగుశూకలముల ♦ [3]బిరుదుతనంబులఁ
జలము డింపక తీర్పఁ ♦ జాలుటయును

---

1. క. గ. ద్రాళ్లను బట్టంగ...నంచు లెఱింగి. 2. క. గ. జ. గళ్లెల-
3. చ. బిరుదుతనంబున.

క. దామగ్రంథి యనఁగ ~ ౦

నామము వెట్టుకొనువాఁడ ♦ నాత్రొంటివిధం

బామనుజేశ్వరుఁ డడిగిన

నే మీకడవాఁడ నందు ♦ నిది దెలుఁ గధిపా. 96

క. అనినఁ గడులెస్స యని నె

మ్మనమున నూఱడి విభుం డమానుష తేజో

ధనుఁ డగుసహదేవుఁ గనుం

గొని యిట్లను వగలు మిగిలి ♦ కొందలపఱుపన్. 97

చ. అకుటిలుఁ డార్యసమ్మతుఁడ♦హంకృతిదూరుఁడు నీతినిర్మలా

త్మకుఁ డనవద్యశీలుఁడు స ♦ ధర్ముఁడు దాంతుఁడు గొంతి

ముద్దుసే । యుకొడుకు మేను లేఁత దన♦యుల్లము మెత్తన

యిట్టియాతఁ డె । ట్లొకో యొరు నాశ్రయించు విధి ♦

యోపదె యెవ్వరి నెట్లు సేయఁగన్. 98

క. అనుడు నతఁడు దనచిత్తం

బునఁ దోఁచినవిధము ధర్మ ♦ పుత్రునితో ని

ట్లని చెప్పె నాతనికిఁ బు

ట్టినయుత్తలపాటు గొంత ♦ డిందుపడంగన్. 99

1. చ. జ. దోసఁగు.

సీ. వంజల నైనను ♦ వల నేర్పడఁగ నొక
భంగిఁ జేపఁగఁ జేసి ♦ పాఁడి గొనఁగ
బడుగుల నైనను ♦ బాటించి పరికించి
గోమున మైఁ గండ ♦ క్రొవ్వు దేఱఁ
దెవులుగొంటుల నైనఁ ♦ దేహ్యసంకటమున
కోపి ముందటియట్ల ♦ రూపుసేయ
[1]నల్లుల నైనను నలు వైనవెరవున
ముట్టె యంటఁగఁ బట్టి ♦ కట్టి విడువఁ
ఆ. బిడుకఁ గడుపు సేర్చ ♦ బెదరు వాపఁగ నీరు
మేపు గలుగు నెడకు ♦ మెలఁగ వెలువ
[2]మృగము నరయ మ్రుచ్చు ♦ రేవగలును గొట్ట
నేర్తుఁ బసికిఁ జాల ♦ గూర్తు నేను. 101

వ. నన్ను విరాటుండు మున్ను నీ వెం దుండు దని నిరూపించె
నేని యుధిష్ఠిరుగోష్ఠంబుల కధిష్ఠాతనై యుండుదు నని యెడ
నని పలికినఁ గౌంతేయాగ్రజుం డిదియుక్తంబగునని యను
మతిసేసి పాంచాలినాలోకించి ఖిన్నాంతఃకరణుం డగుచు
ని ట్లనియె. 102

---

1. ఖ. ఘ. నఖవల నైనను ♦ సలవున వెరవున. 2. క. మెకము...మెల
గిన తెలకొట్టె.

[illegible]

క. అనిన సతనిచిత్తంబున
వెనుఁబా టంతయును బాయు ♦ వెరవుకలిమి యె
ల్లను దెలియునట్లుగా ని
ట్లనియెం బాంచాలి యుచిత ♦ మగుచందమునన్. 104

క. సైరంధ్రీవేషంబునఁ
జేరుమ నంతఃపురంబు ♦ చెంతకు న న్నా
భూరమణు దేవి యెంతయు
గారవమునఁ బిలువ నంపఁ ♦ [2]గా వినయమునన్. 105

క. కని కొలువు సేసికొని మా
లిని నాఁ జని సాధ్వి యుండి మ♦లీమసవృత్తం
బునపొంతఁ బోవ దెన్నఁడు
నను వ్రేఁకఁదనంబు దోఁచు ♦ నట్లు చరింతున్. 106

సీ. కలపంబు లభినవ ♦ గంధంబులుగఁ గూర్చి
తనువున నలఁదుదు ♦ ననువు గాఁగ
మృగమదపంకంబు ♦ మృదువుగా సారించి
తిలకంబు వెట్టుదుఁ ♦ జెలువు మిగులఁ

1. క. దాన వరించు. 2. ఖ. జ. గాఁ గండుఁ దగన్.

[illegible]
వలయుపనులవెంట ♦ మెలఁగ నేర్తు
మత్స్యరాజమహిషి ♦ మనమున మక్కువ
నెలకొనంగ నిట్లు ♦ గొలువ నేర్తు. 107

క. మును నీ వెచ్చోప్పె నిలుతే
పనిమెయి వర్తిల్లు దనినఁ ♦ బాంచాలికి నే
ననుచారిణి నై తగఁ బం
చిన గరువపుఁ బనులు నేర్చి ♦ చేయుదు నందున్. 108

వ. అనవుఁడు ధర్మనందనుండు ద్రుపదనందన కిట్లనియె. 109

క. మనవంశంబున వృత్తం
బును బెంపును గానఁ జాలు ♦ పుణ్యసతివి దు
ర్జను లగుతులువల తలఁపులు
గనుఁగొని యేమఱక మెలఁగఁ ♦ గావలయుఁజుమీ.

వ. అనిన విని యాజ్ఞసేని యనాదరమందస్మితసుందరవదనార
విందయై యతని కిట్లనియె. 111

క. ఆరయ నెందును గౌరవ
భారం బెడలంగ నీక ♦ పాతివ్రత్యా

---

1. క. యందంద వింతఁగా.

[illegible]
భావనమును గౌరవంబుఁ ♦ బాపభయంబున్. 113

క. అని చెప్పిన విని యగుఁ బా
మ్మని కైకొని ధర్మతనయుఁ డందఱమును ని
ట్లనపాయత వర్తిల్లుద
మని తమ్ములతోడ నిశ్చ ♦ యంబుగఁ బలికెన్. 114

వ. ఇవ్విధంబునఁ గార్యంబు నిర్ణయించి మనయగ్నిహోత్రంబుల నెల్ల ధౌమ్యులు రక్షించువారు వంటలవారును మహానసాధ్యక్షులును బాంచాలీపరిచారికలును ద్రుపదుపురంబున నిలుచువారు రథంబులు గొని యింద్రసేనాదులైన సారథులు ద్వారకానగరంబున కరుగువారు వీ రెల్లను దమ్మెవ్వరైనను మనవార్తలడిగిరేని ద్వైతవనంబున మమ్ము విడిచి పోయిరట యెఱుంగ మనం గలవా రని చెప్పి యుత్తెఱంగున నభ్యంతరపరివారంబు నెల్ల నియోగించి వీడుకొలిపి నయ్యవసరంబున ధౌమ్యుండు పాండుకుమారుల కిట్లనియె.

—♦ ధౌమ్యుఁడు పాండవులకు సేవాధర్మంబు లెఱింగించుట. ♦—

క. ఎఱిఁగెడువారికి నైనను
గఱపక తక్క రుచితప్ర ♦ కారము శుభముం

[illegible]

మసలి వర్తిల్లి మానావ ♦ మానములకు
నోర్చి యడఁకువతోడన ♦ యునికి యరిది. 118

క. వాలి వివిధాస్త్రశస్త్ర
జ్వాలల వెలుఁ గొందుపాండ ♦ వజ్వలనం బా
భీలత మండం దొడరినఁ
[1]గాలవిరోధంబు మఱచి ♦ కార్యముఁ దప్పున్. 119

వ. కావున మీకు నప్రమాదార్థంబుగా నానేర్చినవిధంబున నుపదేశం బవశ్య కర్తవ్యంబు రాజులం గొలిచి యెమ్మెయి నయినను బ్రదుకుజనంబులు గీడునుం [2]బొరయ కుండునట్టి సాధారణనీతి సంక్షేపరూపంబున నెఱింగించెద సావధానుల రయి వినుండు. 120

క. తగఁ జొచ్చి తనకు నర్హం
బగునెడఁ, గూర్చుండి రూప ♦ మవికృత వేషం
బుగ సమయ మెఱిఁగి కొలిచిన
జగతీవల్లభున కతఁడు ♦ సమ్మాన్యుఁడగున్. 121

క. నరనాథుఁ గొలిచి యలవడఁ
దిరిగితి నా కేమి యనుచుఁ ♦ దేఁకువ లేమిఁ

---

1. అ. గ్రాలువిరోధంబు నుచిత కార్య. 2. గ. జ. దొడరకుండు.

[illegible]
గడువేడ్క సేయు నే । రోజ విదగ్ధుఁడై పలుకు ♦
నొద్దులకుం దగ దట్లు సేయఁగన్. 123

క. పుత్రులు పౌత్రులు భ్రాతలు
మిత్రు లసరు రాజు లాజ్ఞ ♦ [1]మిగిలిన చోటన్
శత్రులకాఁ దమ యులుకకుఁ
జాత్రము సేయుదురు నిజము ♦ భస్థితిపొంకున్. 124

క. చనువాని చేయు కార్యం
బున కడ్డము సొచ్చి నేరు ♦ పున మెలఁగుచుఁ దా
నును బంటుఁ[2]బూసికొనుటఁ దన
మును మెలఁగిన మెలఁకువకును ♦ ముప్పగుఁ బిదపన్.

ఆ. రాజునొద్దఁ బలువు ♦ రరు సంకటము గాఁగఁ
దిరుగు పనుల కెంత ♦ తేజమయిన
వాని బుద్ధిగలుగు ♦ వా రొల్ల రది మీఁదఁ
జేటు దెచ్చు బెట్లు ♦ సిద్ధమగుట.

క. ఊరక యుండక పలువుర
తో రవ మెసఁగంగఁ బలుకఁ ♦ దొడరుపక మదిం

1. క. ఖ. మీఁతిన. 2. చ. బూనికొనుట.

మీఱి కడఁగి వచ్చి పంపు ♦ మెఱుకొన వలయున్. 128

చ. ధరణిపుచక్కఁగట్టిమరు ♦ దక్కి పిఱుందును గానియట్లుగా
నిరుగెలనం దగం గొలిచి ♦ యే మనునో యెటు సూచు
నొక్కొ యె। వ్వరిదెస నెప్పు డేతలఁపు ♦ వచ్చునో
యాతని కంచుఁ జూడ్కి సుస్థిరముగఁ దన్ముఖంబునన ♦
చేర్చుచు నుండుట నీతి కొల్వునన్. 129

క. నగళులలోపలిమాటలు
దగునే వెలి నుగ్గడింపఁ ♦ దన కేర్పడ నొం
డుగడం బుట్టినఁ బతి విన
నగుపని చెప్పెడిది గాక ♦ యాతనితోడన్ 130

క. అంతిపురముచుట్టఱికం
బెంతయుఁ గీ డంతకంటె ♦ నెగ్గు తదీయో
పాంత చరకుబ్జవామన
కాంతాదులతోడిపొందు ♦ కలిమి భటునకున్. 131

ఆ. ఉత్తమాసనములు ♦ నుత్కృష్టవాహనం
బులును గరుణఁ దమకు ♦ భూమిపాలుఁ

---

1. చ జ. మనుజేంద్రునకుం.

యున్నరుఁకు శుభము లొందవు ♦ నాపద లడఁగున్. 133

క. జనపతి యెవ్వారి నైనను
మనుపఁ జెఱుపఁ బూని యునికి ♦ మదిఁ దెలియనెఱిం
గినయేనిఁ దాను వెలిపు
చ్చునె మునుము న్నిట్టిపాల ♦ సుండును దానిన్. 134

ఉ. ఎండకు వాన కోర్చి తన ♦ యిల్లు ప్రవాసపుఁజోటు నాక
యా। కొండు నలంగుచున్ నిదుర ♦ కుం దఱి దప్పెడు
డప్పి వుట్టె నో। క్కండన యెట్లొకో యనక ♦ కార్యము
ముట్టినచోట నేలినా।తం డొకచాయ చూపినను ♦ దత్పర
తం బని సేయు టొ ప్పగున్. 135

క. తా నెంతయాప్తుఁ డైన మ
హీనాయకుసొమ్ము పాము ♦ నెమ్ములుగా లో
నూనిచభయమునఁ బొరయక
మానినఁ గా కేల కలుగు ♦ మానము బ్రతుకున్. 136

ఆ. ఆవులింత తుమ్ము ♦ హాసంబు నిష్ఠీవ
నంబు గుప్తవర్త ♦ నములు గాఁగఁ
జలుపవలయు నృపతి ♦ గొలు వున్నయెడల బా
హిరము లైనఁ గెలని ♦ కెగ్గు లగుట. 137

ఆ. వసుమతీశుపాల ♦ వర్తించునెనుంగు
తోడ నైన దోమ ♦ తోడ నైన
వైర మగుతెఱుంగు ♦ వలవదు తా నెంత
పూజ్యుఁడైన జనుల ♦ పొందు లెస్స. 139

క. కలిమికి భోగముల కదా
ఫల మని తను[2]మెఱసి బయలు ♦ పడఁ బెల్లుగ వి
చ్చలవిడి భోగింపక వే
డ్కలు సలుపఁగ వలయు భటుఁ డ ♦ డంకువతోడన్.

వ. అని యిట్లు పురోహితుండు సేవాధర్మం బెఱింగించిన ధర్మజ భీమార్జున నకులసహదేవులు ప్రసన్నచిత్తులై యిట్లనిరి. 149

క. తల్లియుఁ దండ్రియు దైవము
నెల్లసుహృజ్జనము మీర ♦ యిట్లు గొలిచి వ
ర్తిల్లెడు తెఱంగు లెంతయుఁ
దెల్లము సేసితిరి బ్రదికి ♦ తిమి మీకరుణన్. 142

ఆ. అనిన ధౌమ్యుఁ డిట్టు ♦ లనియె సీవత్సర
మొకఁడు నెట్టి లయిన ♦ నుడిగి మడిఁగి

---

1. అ. సేవమువారు. 2. జ. తా మెఱసి.

వన లిచ్చె నతఁడు గాఢ ♦ వాత్సల్యమునన్. 144

క. భూదేవోత్తము నాశీ
ర్వాదంబులఁ బ్రీతిఁ బొంది ♦ వారలు ప్రస్థా
నాదరపరు లగుటయు స
మ్మోదావహపుణ్యకర్మ ♦ ముల కుద్యతుఁ డై. 145

ఆ అతఁడు నియతితోడ ♦ నగ్ని సముజ్జ్వలం
బుగ నొనర్చి కామ్య ♦ పూజ దీర్చి
యానసమయమంగ ♦ ళార్థంబు లగుమంత్ర
సంచయములు దగ జ ♦ పించుచుండె. 146

—♦ పాండవులు పాంచాలితోడ విరాటనగరంబునకు బయలుదేరుట. ♦—

వ. తదనంతరంబ హుతవహునకుం బురోహితునకుం బ్రదక్షిణంబుసేసి యమ్మహీసుర వరేణ్యుననుమతి వడసి పాండవులు పాంచాలిం బురస్కరించుకొని యాతండును దోడన యరుగుదేరం గదలి శుభనిమిత్తంబులు గైకొనుచుం జని దశార్ణ దేశంబున కుత్తరంబునఁ బాంచాలజనపదయామ్యదిగ్భాగంబున సాళ్వశూరసేనవిషయంబులలోనం గాళిందీదక్షిణతీరం బొరసికొని పశ్చిమాభిముఖ ప్రయాణంబుల నెడనెడ వన్యాహారంబుల శరీరయాత్రలు నడుపుచు

ప్రకారానేకభంగివిరుతాకర్ణనంబులను వినోదించుచుఁ గానన మార్గంబుల నరిగి మత్స్యమండలంబు గడిసేరి ధౌమ్యుని వీడుకొని రథ్యప్రవరంబును నొక్క పుణ్యాశ్రమంబున వసియించె వారు మఱియు నూఘ్ను సొరక యడవి తెరవుల నడచి విరాటునగరంబున కనతిదూరంబగు కాంతారంబునం దఱిసి ఘోవృసమయంబునఁ బథిశ్రమంబు నూని యాజ్ఞసేని యిట్లనియె. 147

ఉ. డప్పి జనించె వ్రేళులపు ♦ టంబులు పొక్కఁ దొడంగె
గొల్లలోఁ। జిప్పిలఁ జొచ్చె నెత్తురులు ♦ చిత్తము నాకుఁ
గడుం వశంబు గా। దప్పుర మిచ్చ టచ్చటను ♦ నాసల
వచ్చితి నెంతదవ్వొకో। యిప్పటిభంగి నొక్కఁడుగు ♦ నేఁ
గెడుదానికి నోర్వ నెమ్మెయిన్. 148

వ. అనవుడు. 149

క. తనమదిఁ గరుణయు ఖేదం
బును [1]బిరిగొను చుండ ధర్మ ♦ పుత్రుఁడు సకులుం
గనుఁగొని ద్రుపదనృపతిసం
దనదెస యాతనికిఁ జూపి ♦ తగ ని ట్లనియెన్. 150

1. బురికొను మండ.

[illegible]

జనుదేరమి నతఁడు డస్సెఁ ♦ జాలం డని నె
మ్మనమున నెఱింగి యాతని
యనుజన్మునిఁ బనిచె నతఁడు ♦ నలసుం డంబునన్.

వ. సవ్యసాచిం జూచి. 153

ఉ. ఇమ్మదిరాక్షి డస్సె మన ♦ కీనడుమన్ విడియంగ నొండుచో
టిమ్మను గాదు నిక్కమున ♦ కేమును డస్సితి మట్లు గాన నీ
వెమ్మెయి నైన దీని భరి ♦ యించి పురంబుసమీపభూమి
కిం । దెమ్మని చెప్ప నాతఁడును ♦ దెచ్చెఁ బ్రియంబున
బుష్పకోమలిన్. 154

క. మోచికొని వాసవాత్మజుఁ
డా చెలువం దేర నిట్టు ♦ లరిగి పురము దృ
గ్గోచర మగుటయుఁ దమ్ములఁ
జూచుచు వారలకు ధర్మ ♦ సుతుఁ డిట్లనియెన్. 155

క. చక్కని చిక్కని మేనులు
నిక్కోదండములు నైన ♦ నెఱుఁగరె మన మీ
చక్కటి నిలుతమె శస్త్రము
లొక్కెడ దాఁచుటకు వేప ♦ యోజనములకున్. 156

క. మన శస్త్రాస్త్రంబులు ద
క్కినయవి యొకభంగి పీటి ♦ కిని గాండీవముం
గొనిపోయితిమేని సుయో
ధనునకు నగపాటు నిశ్చి ♦ తం బూహింపన్. 158

వ. అనవుడు. 159

చ. ఇది పెనుఁబాముచందమున ♦ నెంతయు భీషణ మై జనం
బులన్ । బెదరఁగఁ జేయు నట్లగుటఁ ♦ బెట్టి చనన్
వలయు 1దలంచి నా । హృదయము దీనిఁ బాయుటకు ♦
నియ్యకొనం జొర దెట్లు సెప్పినం । దుది నొకచోట వైచు
టయ ♦ తోఁచిన కార్యము నయ్యెడుం గటా. 160

వ. అని వితర్కించుచుం గిరీటి యురియాడు చిత్తంబు నుత్తలం
బుడిపికొని నిశ్చయించి యాయుధంబులు నిక్షేపించుటయ
కర్జంబుగాఁ బలికి యోగ్యస్థలనిరూపణంబునకు నలు
దిక్కులుం బరికించి ప్రేతభూమిపరిసరారణ్యంబునందు. 161

సీ. నెగసినకొన లేచి ♦ నింగి యంతంతకు
నవులఁ ద్రోవఁగఁ దన ♦ రారుదానిఁ
జాఁగినశాఖ లా ♦ శాచక్రములకొలం
దులు బారవెట్టంగఁ ♦ బొలుచుదానిఁ

---

1. ఖ. చ. జ. దలంచినన్.

తే. గనియెఁ బవమానవివిధ[1]న ♦ ర్తనకళాను
వర్తిఁ గాకఘూకారవ ♦ స్ఫూర్తి జాత
భీతిపరిసరవర్తి నా♦భీలభుజగ
చండమూర్తి శమీతరు ♦ చక్రవర్తి 162

వ. కని యమ్మహామహీరుహంబు ధర్మనందనునకుం జూపి యిట్లనియె. 163

శా. పక్షివ్యాకులముం బరేతనిలయో ♦ పాంతోత్థముం డాకినీ
రక్షోభూతపిశాచగోచరము [2]దు ♦ ర్గంధంబు నై చూడఁ జి
త్తక్షోభం బొనరించు నట్లగుటఁ జెం ♦ తం జేర రా
దీ శమీ ♦ వృక్షం బెవ్వరి కిందుఁ బెట్టుదమె ♦ పృథ్వీనాథ
శస్త్రాస్త్రముల్. 164

క. పెనుఁబాడవుఁ బఱపు జొంప
మ్మును గలయది దీన నెల్ల ♦ పురుషులకుఁ బ్రయో
జన మొకఁడు లేమ సేరం
జనఁ జూడఁగ నరయ నెక్క ♦ సమకట్టుంగన్. 165

ఉ. కావున దీనియం దిడుట ♦ కార్యము గైదువు లెల్లఁ గేశచ
ర్మావృతసంచయంబుగ శ ♦ వాకృతిగా నొనరించి కట్టినం
బోవరు దీనిది క్కొఱులు ♦ భూవర నెమ్మది నూఱడిల్లు మె

1. జ చ. వర్తనకళానివర్తి. 2. చ. దుర్గంధంబు.

చ. అనిమిషదానవాంబర చ ♦ రాదికజాతుల నెల్లఁ బోర నీ
ధనువునఁ గాదె గెల్తు సము ♦ దగ్రవిరోధిభయావహంబు దీ
నిని నొక మ్రానఁ గట్టి చను ♦ నిశ్చయముం దగఁ జేసె
దైవ మే। మనఁ గల దట్లు కాక యని ♦ యాత్మ నలందురి
మందచేష్టుఁ డై. 168

వ. ఎక్కుడించినఁ బాండవాగ్రజుండు. 169

క. దనుజకులత్రాసకరం
బును రిపుభంజనము రత్న ♦ భూషితరూపం
బును గురుదేశాహ్లాదన
మును సగునిజకార్ముకంబు ♦ మో పెడలించెన్. 170

వె. తదనంతరంబ భీమ నకుల సహదేవులదెసఁ గనుంగొని. 171

సీ. సైంధవయక్షపాం ♦ చాలత్రిగర్తుల
దీనన యోర్చితి ♦ మానధనుఁడ
సౌరాష్ట్రనాథాది ♦ శత్రులు దీనిచేఁ
గాదె మర్దితులైరి ♦ ఘనభుజుండ
కాళింగపాండ్యమా ♦ గధుల నిర్జించుచో
నిదియ కైదువు నీకు ♦ విదితయశుఁడ

ములును ద నలువంక్ల ♦ [illegible]
డ్యాయుధములుఁ గూడఁ ♦ నతఁడుగట్టె. 172

వ. ఇట్లు పూర్వోక్తప్రకారంబునం బాదివి మహోరగం
బులం బెట్టియలం బెట్టి కట్టు చందంబున బంధించి వానిం
గొనుచు నయ్యజాతశత్రుండు ధర్మదేవతాదత్తవరుండగు
టం జేసి నిశ్శంకం బైనయంతఃకరణంబుతోడ శమీవృక్ష
సమారోహణం బాచరించి. 173

తే. బ్రహ్మవిష్ణుమహేశది ♦ క్పాలచంద్ర
సూర్యవవదేవతాపితృ ♦ స్తుతులొనర్చి
దివియు భువియును జూచి ప్రా♦ర్థించి యొక్క
విపులశాఖ నాయుధములు ♦ వ్రేలఁగట్టె. 174

వ. ఇట్లు గట్టి తదీయాధి దైవతంబుల నుద్దేశించి నమస్కరించి

క. నరునకు నాకుం దక్కఁగ,
నొరులకు మీరూపుసూప[1]కున్నది విషవి
స్ఫురిత [2]భుజగభంగి భయం
కరమూర్తులు దాల్చియుండఁ ♦ గా వలయుఁజూఁడీ. 176

---

1. 'ఉన్నది' అనఁగా ఉండునది. (అది. ౭-౨౫౯) (అద్రి ౬-౨౩౨.)

2. చ. భుజంగాఘభయం.

వ. అని వేఁడికొని వృక్షంబుడిగ్గి దానికిఁ బ్రదక్షిణంబు వచ్చి ప్రణమిల్లి భీమసేనుదెసమరలి చూచి సాంత్వనవచన సమేతంబుగా నతనిం గౌఁగిటం జేర్చి యనునయించి తమచేసిన విధంబు దత్ప్రదేశవర్తులయిన గోపాలాది క్షుద్రజనంబులకు మఱు వెట్టందలంచి వారలకభిముఖులై పాండునందను లందఱు నిట్లనిరి. 178

చ. ఇది[1]శతవృద్ధ మాజనని యిప్పుడు మృత్యువుఁ బొందెనిట్టు సే
యుదుము కులక్రమయుక్తమగుచున్న సనాతనధర్మమిత్తెఱం
గదమానకర్మముల్ల మది గానిదిగా మునునిశ్చయించి మా
మొదలిటివారొనర్చువిధముంగొనియాడితి మీమునిద్యెడన్.

వ. అని యిట్లుపలుమఱుం బెలియంబలికి శస్త్రాస్త్రంబులనిక్షేపణంబు నిగూఢంబగుటకు నూరడిల్లియుచ్చ్రయనంబునవసరంబు వడియున్నంజూచి సహదేవుంబనిచి ధర్మతనయుండు దానిచర్మంబొలిపించి శీతాతపవర్షపరిహారంబుగా నాయుధంబులం బొదివించి మఱియును దత్సమీపంబున నొక్క శుష్కశవంబునవలోకించి యిది యుంఛవృత్తియైనసమానవు కళేబరముగావలయు ననుచు నదియునుం [2]పసువులకస్పాపయిం

1. క. ఖ. గ. ఘ. చ. శతవృద్ధ. 2. ఖ. జ. ప్రవృత్తసుగు.

ను జయత్సేనుండును జయద్బలుండు నని సంకేతించుకొని యాజ్ఞసేనీపురస్సరంబుగాఁ బుణ్యనదీ తీర్థావతరణంబు సేసి తదీయస్నానంబునం బథిశ్రమం బపనయించి దేవపితృతర్పణ మంగళ జపహోమాధ్యాయనాధ్యనుష్ఠానంబు లొనర్చిరి తదనంతరంబ యక్కౌంతేయాగ్రజుండు ప్రాఙ్ముఖుండై నిర్మల చిత్తంబున ధర్మదేవతం దలంచి యిట్లనియె. 180

ఆ. తండ్రి నీవు నాకు ♦ దయతోడ నిచ్చిన
వరము చిత్తగించి ♦ వలయు తెఱఁగు
సమయసముచితముగ ♦ సమకట్టుమయ్య యీ
రాకుమారులవిధిఁ ♦ బోకయుండ. 181

వ. అనుచు ననుజుల దెసకుఁ 1దూరవగచి డగ్గుత్తిక వెట్టి మరియును

ఉ. అంబరవర్తివైనఁ గని ♦ 2యక్షునిచే నగపడ్డ వీరిప్రా
ణంబులు మున్ను నిన్నడిగి ♦ నల్వురకుఁ దనయవిక్రమప్రభా
వంబులు వేఁడికొన్న నతి ♦ వత్సలభావముఁ బొందియాదరా
ద్రం బగుచూడ్కితోఁ బ్రియహి ♦ తస్థిరభాషల నూరడింపవే.

---

1. ఇది ‘తూరుధాతువు. “చాలు”ధాతువువంటిది. తూరక అనఁగా చిక్కులిగాననుట. ఇట్టిదీనిప్రయోగముల నిందుఁ బెక్కెడలఁ జూడవచ్చును.
2. “యక్షునిచే” అనియే వ్రాఁతప్రతులపాఠము.

న్యాసిరూపం బలవడి ధాతుపటదండకమండలు కలితమూర్తి యయ్యె నయ్యవసరంబున వారందరు మహాద్భుతంబంద వారివారికి నయ్యె వేషంబుల కనుగుణంబులగు నంబరాభరణ మాల్యాద్యుపకరణంబులు సన్నిహితంబులయినం జూచి సంతసిల్లి యెల్లవారిం గలయంగనుంగొని క్రమంబున నొంటిమైఁ జనుదెండని నియోగించిన యతండు నానావిధంబులగునక్షంబులముడి కక్షంబుననిడికొని చని దైవయోగంబున విరాటుండు వెడలివచ్చి బయలికొలువిచ్చుటం జేసి తదాస్థానంబు సేరంబోవునప్పుడు. 184

—♦ ధర్మరాజు సన్యాసివేషమున విరటుఁ గొల్వవచ్చుట ♦—

ఉ. దవ్వులఁ జూచి మత్స్యవసు♦ ధాపతి యీ చనుదెంచుచున్న వాఁ
డెవ్వఁడొ నాదుచూడ్కులకు నెంతయు వ్రేఁగయి తోఁచె[1] నెట్లితం
డివ్విధిఁ బొందెనో జగము ♦ లెల్లను నేలఁగఁ జాలు తేజమూ
ముప్పుర[2]తోడి జోడియగు♦ మూర్తి యతీంద్రుని యెప్పుగంటిరే.

సీ. కరచరణాద్యంగక ♦ ంబు లేలొకొ రత్న
భూషణప్రకరంబు ♦ పొందుదొలఁగె

1. క. నిట్టితం డెవ్విధిఁ. 2 చ. జ. తోడ జోడయిన.

పట్టరు మౌక్తిక ♦ ప్రభలు వెలుఁగ

తే. నితఁడు రాజగు రాజను ♦ నింతమాత్ర
గాదుమూర్ధాభిషిక్తవర్గంబుఁ దనదు
చరణయుగ్మంబు గొలిపింపఁ ♦ జాలు సార్వ
భౌముపదవికిఁదగియెడు ♦ భంగివాఁడు. 186

క. మనకడకు నేమిటికి వ
చ్చెనొకో యేనిమ్మహాత్ము ♦ చెప్పినపను లె
ల్లను జేయువాఁడఁ గోరిన
కనకాంబరమణులు దలఁపు ♦ గడవఁగనిత్తున్. 187

ఆ. మత్స్యవిషయరాజ్య ♦ మహిమకు యుక్తుండు
గాఁదలంచెనేని ♦ గౌరవమున
నట్లుచేసి భక్తి♦ ననుచరింతు నమాత్య
సుతసుహృద్భటార్య ♦ యుతముగాఁగ. 188

వ. అని సమస్తజనంబులుఁ దదభిముఖులయి భక్తియుక్తిం బ్రత్యుత్థానంబు సేయం దానును గద్దియడిగ్గి యెదురుచని నమస్కరించి యతని యాశీర్వాదంబులు గైకొని సగౌరవంబుగాఁ దోడ్కొనిచనుదెంచి సముచిత సమున్నతాసనంబున నునిచి వినయావనతుండయి. 189

[illegible]

ష్ణరూపపలుకు ♦ నన్నరులెక్కడఁ
రు తోఁచినట్లు ♦ పలుకు వలుక
నచందమయ్యె ♦ నంతియ కా కంత
ట్రి చూడఁ గలరె ♦ యెట్టివారు. 191

ందహాసంబుసేయుచు మఱియును. 192

నావిధభూతమయము
నతిచంచలము మనము ♦ మెయికొని నిక్కం
నరునకుఁ జెల్లింపం,
నగు సత్యంబునడపు ♦ క్రమమట్లుండెన్. 193

మత్స్యమహీవల్లభు నవలోకించి 194

జుఁడఁ గురువిషయజాతుఁడ
జనప్రియుఁడైన ధర్మ ♦ సుతుసఖుఁడఁ బరి
వజనాశ్రమకలితుండ ను
జవల్లభ యోగ్యబహువి ♦ నోదకరుండన్. 195

ద్యూతక్రీడకుఁ గొండొక
నేతుం గపటమున నొవ్వ ♦ ని జనంబులు నా

క. పయ్యెడు.

మిపతులలోన సాధుజన ♦ మిత్రుఁడునావినికొల్వవచ్చితి.

తే. వత్సరంబునఁ గడచను ♦ వ్రతము నాకు
దాని నీపాలఁ జల్పి యు ♦ త్సాహవృత్తి
1మెఱయ నాకుఁ గృతఘ్నత ♦ నెఱపి తొల్లి
యెగ్గుసేసినవారి జ ♦ యింపఁ బోదు.

వ. అనినవిని సంప్రీతచేతస్కుండై విరాటుండతనికిట్లనియె.

తే. అట్లచేయుఁడు రుచిరోన్న ♦ తాసనములు
వాహనములు భోజనములు ♦ వస్త్రములును
వలయుభోగములును నెల్ల ♦ వర్తనములు
నాకు నెట్లవ్విధమ మీకు ♦ నడపువాఁడ.

క. నాయనుచరులం దెవ్వఁడు
మీయెడ భయభక్తి లేక ♦ మిగిలిమెలఁగె నే
నాయధముని దండితుఁగా
జేయుదు నతఁ డెంతయుం బ్ర ♦ సిద్ధుఁడయునన్. 2

వ. అట్లుం గాక. 2

చ. వెలయఁగ మత్స్యరాజ్యపద ♦ వీపరిపాలన సేయఁగా మ
దలఁచుట యెంతయుం బ్రియము ♦ దమ్ములుఁ బుత్రు

---

1. గ. జ. మెఱసి నీకుఁ గృతజ్ఞత.

క. ఏను హావిష్యము కుడుతును
భూనాయక నాకు శయ్య ♦ భూమియ యిమ్మెఁ
బూని వ్రతంబులు సలిపెడు
వానికి నిన్నియును నిట్లు ♦ వలయునె చెప్పుమా. 205

ఆ. అనిన విరటుఁ డిట్లు ♦ లనియె నెత్తెఱఁగున
నడవ నిష్టమట్ల ♦ నడచి మీకు
మనసువచ్చినన్ని ♦ దినములు సలుపుఁ డి
చ్చోట నదియ మాకు ♦ శోభనంబు. 206

క. ద్యూతజ్ఞులదెసఁ గొండొక
ప్రీతియుఁ గలదట్లుఁగాక ♦ పెద్దలరగు మీ
రే తెఱఁగున విహరించినఁ
జేతోమోదంబు దగవ ♦ సింపుఁడు నెమ్మిన్. 207

వ. అనిపలికి కౌంతేయాగ్రజు సత్యంత సంతుష్టాంతరంగుం జేసి

చ. పౌరిఁ బౌరిఁ బ్రీతికొట్టిగన ♦ పూర్వవిలోకన మాచరించుఁద
త్పర మగు సద్వివేకమున ♦ భావనిరూపణ సేయుఁగౌతుక
స్ఫురణఁ గరంబు దత్కరముఁ ♦ బొంద నయంబునఁ జేర్చి
వాక్యవి । స్తర చతురత్వమేర్పడఁగ ♦ సల్లపనం బొనరించు
నర్థితోన్. 209

దగిలించి సురియతో ♦ బిగియ ధ్రిండు
గట్టిననుఁజేల ♦[2]కప్పెంతయును జెన్ను
సేయంగ దాపలి ♦ చేతియందు
బెడిదంపుఁ గోలలు ♦ బెడఁగొంద బహువర్ణ
చిత్రితాజినముపై ♦ చీరగాఁగ
జూపరెల్లను దన ♦ రూపంబు చూడ్కికి
వ్రేఁగైన నత్యంత ♦ విస్మయంబుఁ
తే. బొందుచుండ సమీరణ ♦ పుత్రుఁ డగ్ర
జుండువోయిన దెసఁ దప్ప ♦ నొందువలన
సమదవారణపతిగమ ♦ నమున మత్స్య
ధరణివల్లభుసభచేర ♦ నరుగుటయును. 211

వ. అంతంతం గనుంగొని. 212

క. ఉలుకును వెక్కసపాటును
దలకొను నెమ్మనముతోడ ♦ ధాత్రీరమణుం
[3]డలఘుభుజవిపులవక్ష
స్థ్సల రేఖాకాంతిఁ బరవ ♦ శత్వముఁ బొందెన్. 213

---

1. "తత్పరులై యుండి" రనియే వ్రా. ప్ర. 2. గ. జ. కట్టెంతయును. 3. చ. డలఘుభుజా.

ద్మహితుఁడో హిమకరుఁడో శచీ
గృహమేధియొ కాక యితఁడు ♦ కేవలనరుఁడే. 215

క. ఏమికులంబునవాఁడో కో
నామం బెద్ది యగునొక్కొ ♦ నాభృత్యులలో
నీమనుజోత్తముఁ దొల్లియు
నే మెఱుఁగుదు మనఁగ నిచట ♦ నెవ్వరు గలరో. 216

క. అను చుండ ననతిదూరం
బున కల్లన వచ్చి పవన ♦ పుత్రుఁడు మనుజేం
ద్రునకు జయశబ్దయుతముగ
వినయంబున మ్రొక్కి విన్న ♦ వించె నిభృతుఁడై. 217

శా. దేవా నాలవజాతివాఁడ నిను న ♦ ర్థిం గొల్వఁగా వచ్చితిన్
సేవాదక్షత యొందుమై నెఱుఁగ నీ ♦ చిత్తంబునన్ మెచ్చిన
ట్లే వండం గను నేర్తు శాసనమునం ♦ దిచ్చోటనే కాదు న
న్నేవీటన్ మిగులంగ నెవ్వఁడును లేఁ ♦ డెబ్భంగులం జూచినన్.

క. పేరు పలలుండు గూడుం
జీరయు నిడి పాకతంబు ♦ సేసినఁ జాలుం
గోరిన వంటకములు నా
నేరిమిఁ దగ నెఱపి కొలుతు ♦ నిశ్చలభక్తిన్. 219

క. అనుటయు మోఱకుచందం
బున మో మడ్డము గదల్చి ♦ భూవిభుఁడు సభా
జనులు విన ననిలసుతుఁ డి
ట్లనియెం బ్రస్ఫుటనిరర్గ ♦ ళాలాపములన్. 221

ఉ. నా కవి యెల్ల నేల నర ♦ నాథులకుం బ్రియ మొందు
నట్లుగాఁ । జాకము సేయనేర్తు జన ♦ పాలక ధర్మసుతుండు
పెద్దయుం । జేకొని యుండు బానసము ♦ సేయువిధంబున
కిచ్చ మెచ్చి పు । ణ్యాకరమూర్తి వైన నీను ♦ నాతనిఁ
గొల్చినయట్ల కొల్చెదన్. 222

చ. వలసిననేలు మేను బల ♦ వంతుఁడఁ గారెనుపోతు దంతి బె
బ్బులి మృగనాథునిం దొడరి ♦ పోరుదు శూరత యుల్ల
సిల్లఁగా । దలమున లావు విద్య మెయి ♦ దర్పముఁ బేర్చి
పెనంగు జెట్టిమ । ల్లుల విఱుతున్ వడిన్ గడియ ♦ లోనన
చూడ్కికి వేడ్క సేయుదున్. 223

---

1. 'చనవు' అనఁగా నధికారము 'చనవర్లున్' అని చంద్రరేఖావిలాసము. 'చనవరికొల్వు' అనఁగా అధికారికొలువు. 2. ఇందులకు 'అనీకకర్ణాగ్రధరో రథీధ్వజీ' 'భవాద్య మే వారణవాహినీపతిః' అని మూలము. ఇందలి రుచిరాతపత్రము యోధుల బిరుదచ్ఛత్రమే కాని రాజు శ్వేతచ్ఛత్రము కాదు. 'వెల్గొడుగు' 'వాహనచ్ఛత్రంబులు' (భీష్మ ౧. ౨౬, ౯౦)

ఉ. ఇమ్మహనీయరూపమున ♦ యేతెఱఁ గన్గొని వేడ్క నీకు యో
గ్య మ్మగుభంగిఁ జెప్పితిమి ♦ గాని నరోత్తమ యొండుగా మనీ
వెమ్మెయి నైనఁ నిల్చుటయ ♦ యిష్టము వంటలమేటివాఁడవై
యిమ్ములనుండు సూపజన ♦ మెల్లను నీదగుపంపుసేయఁగన్.

క. అని హర్షోత్కర్షంబున
మన మలరఁగఁ బల్కి మత్స్య ♦ మనుజాధీశుం
డనిలసుతు నేలె నాతఁడుఁ
దనమనమున నూఱడిల్లెఁ ♦ దదవసరమునన్. 227

—♦ అర్జునుఁడు పేడిరూపమున విరటుఁ గొల్వ వచ్చుట. ♦—

సీ. కాళ్లయొప్పిద మాఁడు ♦ క ట్టచుజ్వలము సే
యంగ సంకుల బాహు ♦ లంద మెడలఁ
గంచుక మంగంబు ♦ కాంతికి మాటుగా
మెడ హేమపట్టిక ♦ మెఱయుచుండ
వదనంబుకొమరు భా ♦ వనఁ జేసి వేఱుగా
నుదుటిపెం పలకలఁ ♦ బొదువఁబడఁగఁ
బవడంపుజొత్తులఁ ♦ జెవులు రూపడఁగంగఁ
బాపటఁ దలకట్టు ♦ భంగి [1]గప్ప

1. చ. దప్ప.

క. చనుదెంచ పడతినమును
వనితారూపంబు నమర ♦ వాసవసుతుఁ డా
మనుజాధీశునకు సభా
జనులకుఁ దనుఁ జూపి మంద ♦ సంచారమునన్. 229

వ. మెలంగినం గనుంగొని మత్స్యజనవిభుండు దనయొద్దివార
లతో నిట్లనియె. 230

మ. వనితావేషము గల్గి యున్నయది చె ♦ ల్వం బాఁడు
చందంబు గా । దు నిరూపింప మహానుభావతయు ని ♦
ర్దోషత్వముఁ రాజసం । బును శోభిల్లెడు నెవ్వఁ డే నొక
జగ । త్పూజ్యుండు క్రీడార్థ మి । ట్లొనరం దాల్చినరూపు
గావలయు మీ ♦ రూహింపుఁడా యట్లగున్. 231

తే. అనినఁ బరిజనంబులు విస్మ ♦ యంబు గదుర
నిశ్చయము సేసి పలుకంగ ♦ నేర్పు లేక
చూచు చుండఁగ నా సవ్య [1] సాచి సేరఁ
జని విరాటనృపాలుతో ♦ సవినయముగ. 232

క. నిన్నుఁ గొలువంగ వచ్చితిఁ
గన్నియలకు నాట గఱపఁ ♦ గా నోపుదు వి

---

1. జ. నివుణు.

[illegible]

ననంగ విభ్రమ । శ్రీయును బెంపునుం గలుగఁ ♦ జేసి
విధాతృఁడు పేడిఁ జేసెనే. 234

శా. మత్స్యోదండచయంబులోన నొకస ♦ మ్మానార్హచాపంబు భా
స్వత్ఖాండంబులు[1] హేమచంద్రకళన ♦ ద్వర్మంబు నీకెంతయున్
సత్కారంబున నిచ్చి వాహనపరి ♦ ష్కారాంకసంభావ్యసం
పత్కల్యాణునిఁ జేసి వైభవము ద ♦ ర్పంబున్ విజృంభింపఁగన్

క. ఏము నిను మత్స్యరాజ్య
శ్రీమహిమకు నెల్ల యుక్తుఁ ♦ జేయఁ దలంపం
గా మామనోరథమునకు
నీమాట విరుద్ధమయ్యె ♦ నిది యెట్లొక్కో. 236

వ. అనిన విని యమ్మహీపతికి బృహన్నల యిట్లనియె. 237

ఉ. ఆఁడుదనంబు నిక్కమున ♦ కారసి చూచిన లేదు పుస్త్వముం
బోఁడిమి దప్పి యున్న దిన ♦ పుంసకజన్మ మవశ్యభోగ్య మై
వాఁడిమి గల్గు శాపమున ♦ వచ్చెఁ బురాకృతకర్మభావ్య మె
వ్వాఁడును నేర్చునే తొలఁగ ♦ వైవఁగ నోర్వక పోవ వచ్చునే.

వ. కావున. 239

---

1. క. హేమచిత్రితలసద్వ[illegible]

క. విశ్రుతవాద్యంబులు మాఁ
జశ్రుతి సంభావ్యగీత ♦ సుగతులు సద్భా
వాశ్రయములుఁ దజ్జన్యర
సాశ్రయములు నైనయభినయంబు లెఱుఁగుదున్. 241

తే. ఇన్ని తెఱఁగుల శ్రమము సే ♦ యింతుఁ జతుర
తావిహీనము లైన పాత్రము లైన
నట్టివొజ్జనై మెలఁగుదు ♦ నగళులందు
నిపుణనైపథ్యవిధులకు ♦ నేర్తు నధిప. 242

చ. అనుడు విషణ్ణ మైనహృద ♦ యంబున గారవ మొంద నైపుణం
బున నుచితంబు మై నరసి ♦ పొచ్చెము లేమిఁ దదీయసేవ నై
కొనుటకు నిశ్చయించి తన ♦ కూఁతు విరాటుఁడు పిల్వఁబుచ్చె న
ర్తనమున కై బృహన్నలకుఁ ♦ దత్పరతం దగ నప్పగింపఁగన్.

వ. ఇట్లు రావించిన. 244

సీ. అల్లఁదనంబున ♦ నసువు మై కొనఁ జూచు
నడపు కాంతికి వింత ♦ తోడవు గాఁగ

---

1. క. ఖ. ప్రేంఖణంబు. 2. చ. పేరణియును; ప్రేరణియును.

తారకంబులఁ గల్గి ♦ తనముదొడరఁ

ఆ. జరణములును నడుముఁ ♦ జన్నులుఁ గన్నులు
జవ్వనంబు చెన్ను ♦ నివ్వటిల్లు
చునికిఁ దెలుపు చుండ ♦ నుత్తర సనుదెంచె
నలరువిలుతు పువ్వు ♦ టమ్మువోలె 245

ఆ. వచ్చి కొలువు సొచ్చి ♦ నెచ్చెలిపిండు నం
తంత నిలువఁ బనిచి ♦ యల్లనల్లఁ
గదిసి ప్రౌఢవనిత ♦ కైవడి ముద్దియ
ముద్దు పుట్టఁ దనకు ♦ మ్రొక్కుటయును. 246

చ. తిగిచి కవుంగిలించి జగ ♦ తీవిభుఁ డక్కమలాయతాక్షి నె
మ్మొగము మొగంబునం గదియ ♦ మోపుఁగరాంగుళులం

---

1. ఇది 'ఏర్పడుదెంచు' ధాతువు (ఆది. ౫-౧౩౭); ఘ. వెడవెడ నూఁగారు వింత యై యేర్పడఁ దారనివళులలో నాఁబునిగుడ' నని యొక పాఠము 'నాఁబు నిగుడ' ననఁగా 'నాఁబువోసినభంగి నవళి మెక్కె' (విరా. ౨=౫౨) యన్నట్లు నాఁబువలె నిగుడఁగా ననుట. జ. 'యేర్పడఁ దాఁబని వళులతో', 2. 'నెరవు' లనఁగా 'చుట్టుఁబట్లు' లేక 'చుట్టునుగలవి.' 'నూతుశేవముతోడ నేతెంచునెరవులు' (విరా. 3-౨౭) 'నెరవుల్ విచ్చుటయుఁన్') హరివంశము-ఉత్త. 3 ఆశ్వా.) చుట్టును గలహద్దులెల్ల బిగివోంది స్తనోచ్ఛ్రేద మగుచుండె నని యర్థము. 'నెలవు' లని రూపాంతరము.

దెసం గనుంగొని సాదరదరహాసితరుచిరాననుండై యిమ్మా గువ నీకు నాట గఱపం దగు పాత్రంబగునే యని యడిగి తత్ప్రతివచనంబులయందలి నాగరికత్వంబునకుఁ జిత్తంబు రంజిల్ల మధుర సల్లాపంబు సేసి కర్పూరసహితం బగు తాంబూలంబు వెట్టి చిత్రంబు లగు చీనాంబరంబు లిచ్చి మణిమయంబు లగు నాభరణంబు లొసంగి సంభావించి యవ్విభుండు. 248

ఆ. నీవు చతురమతివి ♦ నీకు నిక్కన్నియ
నప్పగింప నేల ♦ యైన నాదు
హృదయ 1మతులు దీని యెడఁ గడునార్ద్రమై
యుండుఁ గాన చెప్ప ♦ కుండరాదు. 249

క. నెచ్చెలులతోడ నెంతయు
మచ్చిగఁ దనయిచ్చ నాడ ♦ మరగినయది యై
విచ్చలవిడి నింతకు ము
న్నిచ్చేడియ మెలఁగుశిక్ష ♦ యెఱుఁగదుసుమ్మీ. 250

ఆ. బాల కేళిమీఁది ♦ భరము గ్రమంబున
విడువఁ గళలయందు ♦ వేడ్క సొనిపి

1. మలరి.

ప్పనముల భక్తి[illegible]
దనకుసుమాదులన్ నడపి♦తప్పక యారసి గౌరవింపుమీ.

ఆ. ఎల్లచుట్టములును ♦ దల్లియుఁ దోడును
జెలియుఁ బరిజనంబుఁ జెలువ నీకు
గురువ యింక నొక్క ♦ కొఱఁతయు లే దింటఁ
జేరి బ్రదుకు బుద్ధి ♦ గౌరవమున. 253

క. మనయింట నిచ్చ టచ్చో
టన కెచ్చటనైన నీవు ♦ హాస్నల మెలఁగం
జనియెడుమానిసి తన మాన
మున కిమ్మగునట్టి చరితమున వర్తించున్. 254

-♦ నకులుఁ డశ్వపాలకుఁడై విరటు గొల్వ వచ్చుట ♦-

వ. అని యిత్తెఱంగున నయ్యిరువుర నొండొరులకు నప్పగించి
పుచ్చిన యనంతరంబ నకులుండు. 255

ఉ. వేంబుజముల్ సముద్యదరు♦ణాంశునిఁగన్నవిధంబునన్ వికా
సంబున నుల్లసిల్లి జన ♦ చారువిలోచనముల్ నిజోజ్జ్వలాం
గంబున కర్థిమై నభిము ♦ ఖంబులుగాఁ జనుదెంచి దైవయో
గంబున భూవిభుండు దుర ♦ గంబులఁ దేరఁగఁ బంచి
చూడఁగన్. 256

చటుల చిత్తంబు నుదా
త్తత గానంగనయ్యెడుఁ బ ♦ దనమునభంగిన్. 258

క. తురగంబులఁ జూచువిధం
బరయఁగ నిశ్వ ♦ దశ్వవిద్యయందు నిపుణత
స్ఫురణము గలవాఁడగు బం
ధురమూర్తి పరాక్రమాన్వి ♦ తుఁడు గానోపున్. 259

క. మీ రెఱిఁగినఁ జెప్పుఁ డీతని
పే రెఱుఁగనియట్టులైనఁ ♦ బొంపారంగాఁ
జేరంజని యుల్లన యొకఁ
డారసి యెఱుఁగంగ వలయు నస్సమయమునన్. 260

క. చేరఁ జనుదెంచి పాండవ
వీరుఁడు మత్స్యాధిపునకు ♦ వినతుండై దే
వా రాజవాహనము లగు
వారువముల నరయ నేర్తు ♦ వలనేర్పడఁగన్. 261

వ. దామగ్రంథి యనువాఁడ నాకు నశ్వవిషయంబయిన విచ
క్షణత్వం బెల్లనుం గల దవధరింపుమని యిట్లనియె. 262

సీ. అవయవలక్షణం ♦ బాయుః ప్రమాణంబు
గర్భంబు లింగితా ♦ కారములును

ర్మము పోషణప్రకా ♦ రము చికిత్స

తే. పరిచితములు ధరణి ♦ పాల నీయుందట
రూపురేఖ మెఱయఁ ♦ జూపనేర్తు
బవరమైన నాకుఁ ♦ బనియేమి యనఁ జేతి
బలిమికలిమి నెఱపఁ ♦ దలఁపుగలదు. 263

అనిన విరాటుం డతనికి ట్లనియె 264

క. నీకుం దగు పదవిం యిచ్చెద
నాకలిమికి నెల్ల రక్ష ♦ ణం బొనరింపం
గాక హయశిక్షకుఁడ వను
నాకొలఁదియె యిట్లుపలుకు♦టనుచితమరయన్. 265

ఆ. అనుడు నకులుఁ డిట్టు ♦ లను దేవ తమతమ
నేర్చుపనులవెంట ♦ నెగడి బ్రతుక
వలయుఁగాక నగరఁ ♦ దలము దప్పిన పోలం
కువల కలుపు లియ్య ♦ కొనుట దగునె. 266

ధర్మసుతుండు మెచ్చె నను♦ బానతురంగమశాస్త్రశిక్షకుం
గర్మిఁ జేసి యాత్మతుర ♦ గంబుల కెల్లను నన్నయుక్తుఁగా
నర్మిలినిల్పి యాగియుఁ బ్రి ♦ యంబును నాయెడనాఁడు

[illegible]
పోవుట నెచ్చోటఁ గడుపుఁ ♦ బ్రోతునొ యనుచున్.

క. తిరిగితిరిగి లోకో త్తర
చరితుఁడు సుజనుఁడు మత్స్య ♦ జనవిభుఁడు యుధి
ష్ఠిరునట్ల యనఁగ విని నినుఁ
గర మనురాగమునఁ గొలువఁ ♦ గా నియ్యెడకున్. 269

క. చనుదెంచి కాంచి నానే
ర్చిన తెలుఁగున విన్నపంబు ♦ సేసితి నన్నుం
బనిగొనఁ దలఁచిన నేలెడి
దనుమానము గలిగెనేని ♦ నరిగెద నధిపా. 270

వ. అనవుడు. 271

ఉ. ఆ నరనాథు డిట్లనియె ♦ నశ్వములం బరికించి యున్కియుం
పేనిఁ దురంగశాలలకు ♦ నెల్లను ముఖ్యుఁడ వై తదీయనా
నానియతప్రకారకర ♦ ణంబులఁ ద్రిమ్మరుచున్నవారి ము
న్నే నెటు నట్ల నీ వరసి ♦ యిచ్చమెయిం బని గొమ్ము నె
మ్మితోన్. 272

క. అని చెప్పి యధిక సమ్మా
నన పూర్వము గాఁగ మత్స్య ♦ నరపతి మాద్రీ

భావంబున నూపస్మలతయుఁ ♦ బ్రకటంబులుగా
నావిధుఁడు మనుజవేషం
బై వచ్చెనో శిఖిశరీరి ♦ యయ్యెనో యనఁగన్. 274

క. తలుగుల పొది యొకదెసఁ బె
య్యలదామెన యొక్కవలన ♦ నను వైయుండన్
మొల మోపి పెక్కుచుట్లన్
బలుద్రాటఁ జుట్టి గోప భావంబమరన్. 275

చ. నునుసెలగోల సేకొనిమ♦నోహర వహాతనమేను రాజుచూ
పును బ్రజచూడఁ గాలం దిగువఁ ♦ బుమ్మర పత్రనిభంబు
లైనలో। చనములు మూర్తిదెల్పఁగ న ♦ సంభ్రమతం
జనుదెంచె నల్లనల్లన వెడభీతి దోఁప జను ♦ లన్ వెగడ
- యొయ్యెడుదృష్టిఁ జూచుచున్. 276

వ. ఇట్లు వచ్చి మత్స్యమహీవల్లభు నంతంతం జేరి వినయా
వనతుం డగుచు నిట్లనియె. 277

క. నీపసులఁ గావఁ బెట్టుము
భూపాలక నన్ను నేను ♦ బూని యరసినన్
గోపంక్తులు రుజ వడ వారు
చేపడ వెన్నఁడును దప్పిఁ ♦ జేడ్పడ వెచటన్. 278

సీ. ఎక్కడిపూాల గొల్లతన ♦ మింతకయేఁనియు లేమ నీదెసం
జక్కని మేను జిగజువ ♦ చందముఁ గాంతియుఁ జూడవచ్చి
నగా నికృష్టవిహార ప్ర సూర్యశశి ♦ నిర్మల వంశజులైనరాజు
లం దొక్క మహానుభావు తన ♦ యుండవు గావలయుఁ
నరోత్తమా. 281

ఆ. వలయు పదవియందు ♦ నిలిచి నారాజ్య మం
తయును జక్కఁబెట్టి ♦ నయముఁ విక్ర
మంబు నడపుకంత ♦ మానిసివై యుండి
కుచ్చితంపు బ్రతుకు ♦ కోరఁ దగునె. 282

వ. శస్త్రవాహనంబులు మహాసేనాయుధంబులు నిచ్చెద మత్స్యదేశంబున భవదభిమత స్థలంబొసంగెద మదీయ మండల సేనాపరిపాలనంబు సేసి వర్తిల్లుము. 283

కం. అనవుడుఁ బాండునృపాలక
దనయుండు మ్రొక్కుచు విరాటు ♦ ధరణీశున కి
ట్లను హీనకులుండ బాలుండ
మను నాగరికంపుఁ గార్య ♦ ముల వెర వెఱుఁగన్.

ఆ. పసులఁ గాచి కాని ♦ బ్రతుకఁ గౌరవుల ప్రాఁ
తలము మున్ను నేను ♦ ధర్మపుత్రు

ననగునని [illegible] యాంబ[illegible]బుంబ[illegible]

నను వైగాలి పిలిచినను గొడ్డునకైనం జాలు నిలుచు నుంగిడి యెదురుఁ ద్రిక్క యనువానికి నాపేరు సెప్పినం జాలు మఱియును బసికి వలయు తెలుఁగు లెల్ల నెఱుఁ గుదు వే ఱొక్కపనికిం గాను గాని యే నీవెంట నీ మనసు వడయం జాలుదు నావలనం బ్రయోజనంబు గాన వలయు నేని నొండుమాటలు పక్కి పసులం బరికింప నియో గింపుము. 286

చ. అనుటయు నిట్లు కేలకు ధ ♦ రాధిపుఁ డట్టుల కాక యంచు
నా । తనివచనంబు సూచి యుచి ♦ తంబగు నేనిఁ బ్రియంబ
యేని నె । ట్లును గురుకార్యవర్తనము ♦ లుగ రుచింపుం
పక యుండునేని గో । ధనముల కెల్ల రక్షణము ♦ దత్ప
రతం దగఁ జేయు ముఖ్యతన్. 287

క. మున్ను గలగోపవర్గము
నిన్నుం గని కొలిచి భక్తి ♦ నీపని సేయుగ్
మన్ననమానిసి వై నీ
వున్నం గడు మేల కాక ♦ [1]యొప్పమి గలదే. 288

1. ఘ. జ. యొప్పగు నదియున్.

భారంబు విచ్చి తిరముగ
సైరంధ్రీజాతివేష ♦ సముచిత భంగిన్. 290

క. వలపలిదిక్కున కించుక
మలఁగంగాఁ దుఱుము మిడి కుఱు ♦ మాపుడుఁబుట్టం
బలవడఁ గట్టి జరరవ
ల్కలమున 1నెవ్వీఁగుఁజన్నుఁ ♦ గవ గప్పి తగన్. 291

క. పరిచారికాత్వరేఖా
పరిణతి దనమేన నచ్చు ♦ వడుభావనకుం
దిర మై తలకొను నంతః
కరణముతోఁ బురము ద్రుపద ♦ కన్యక సొచ్చెన్. 292

వ. ఇట్లు సొచ్చిన. 293

సీ. పఱమొయిల్ గప్పినఁ ♦ బాడఱిననుఁ గాంతి
గదలినయమృతాంశు ♦ కళయుఁబోలెఁ
బెనుమంచు మీఁదఁ బ ♦ ర్విన వికాసము దప్పి
చెలువు గుందిన సరో ♦ జిని విధమున
ధూమంబు వొదివినఁ ♦ దుఱఁగలి మెఱుఁగులు
నలఁగి మాసినదీప ♦ కళికపగిది

1. క. నవ్వీఁగుఁ; ననుబిగువుఁ.

తనయ మహిషి యంచితగతిఁ ♦ జనఁగ రాజ
వీథిఁ బౌరజనంబు ల ♦ వ్వెలఁదిఁ జూచి. 294

సీ. రోహిణి యొండె నొండెను న ♦ రుంధతి గాక మనుష్య
జాతియే । యీహరిణాక్షి చెల్వమున ♦ యేడ్తెఱ మూర్ఖుల
నాఁచికోల కా । దా హితగౌరవం బగుశు ♦ భాంగముఁ
దేజముఁ జూడ బుద్ధి సం । దేహముఁ బొందుచున్నది [1]స ♦
తీజన మిట్టిదె యెజ్జగంబులన్. 295

వ. అనుచు నంతంతం జేరి. 296

క. నీ వెవ్వ రేమిపనికై
యేవలనికిఁ బోవు చునికి ♦ యిది నాపుడు న
ద్దేవియు సౌముఖ్యము [2]సం
భావనముం దోఁప నుచిత ♦ భంగిం జెప్పెన్. 297

ఆ ఏను గట్టువాలు ♦ దాన నా కెవ్వరు
గడుపుకూడు వెట్టి ♦ కట్టఁ జీర
యిచ్చి సాకతమున ♦ నేలుదు రట్టివా
రలకుఁ బనులు సేసి ♦ మెలఁగుబుద్ధి. 298

---

1. గ. జ. సతీజను లిట్టిరె. 2. జ. సద్భావంబును.

రాజనందన రాజమందిరంబు చక్కటికి నరుగునవసరంబున.

క. ముద మొదవ రథ్యాహర్మ్యపు
తుదినిలువునఁ బ్రణయసఖుల ♦ తోడ విహారా
స్పద మగు నెలవున నెలఁతను
1సుదేష్ణ తజ్జాలకములఁ ♦ జూచెం బ్రీతిన్. 30.

వ. ఇత్తెఱంగున మత్స్యరాజమహిషి ద్రౌపదీదేవి నాలోకించి
కుతూహలంబున. 30:

ఉ. ఎక్కడనుండి యెక్కడకు ♦ నేఁగెడినో యిది యెక్కడ కాంత
రూ। పెక్కుడు పెంపుసొంపు గలన ♦ కేర్పడు చున్నది దా
వినీతయై ప్రకృష్టమ సీతభాగ్యగుణంబు ♦ చొప్పునఁ బట్టెడు
వారలుం గడున్। వెక్కస మంది చూచెదను ♦ వేగమ
తోడ్కొని రండు నెమ్మితోన్. 303

క. అని పలికి పనుపఁ బ్రౌఢాం
గన లిరువురు వోయి ద్రుపద ♦ కన్యకతో ని
ట్లనిరి విరాటుమహిషి నినుఁ
దనపాలికిఁ బిలువఁ బంపె ♦ దయ పెంపెసఁగన్. 304

---

8. 'సుదేష్ణ' యని దాక్షిణాత్యకోశానుసారముగా ముద్రిత మగుభా
రతమునను సుత్తరదేశభారతమునను జూపట్టెడి.

వ. ఇవ్విధంబునం జని సౌధంబునుపరిభాగం బెక్కి. 307

సీ. పదతలంబుల కెంపు ♦ పరఁగినతలము కుం,
కుమలిప్త మైనచం ♦ దముపహింప
నంగంబునునుఁగాంతి ♦ యడరినగోడలు
వేదులు మణిమయ ♦ విధము నొందఁ
గనుఁగవమెఱుఁగులు ♦ గదిరినముందఱఁ
బుష్పోపహారంబు ♦ పొలుపు దాల్ప
వేనలికప్పు ప ♦ ర్వినమీఁదు నీలదు
కూలంబు మేల్కట్టు ♦ కొమరు వడయఁ

తే. దానుజొచ్చినకతన మ ♦ త్స్యక్షితీశు
నింట నిమ్మెయిఁ గ్రొత్తయొ ♦ ప్పెసకమెసఁగ
నమ్మహాదేవి యున్నెడ ♦ కల్లనల్లఁ
బాండురాజతనూభవ ♦ పత్ని యరిగె. 308

వ. కేకయరాజనందనయును. 309

---

1. 'తలచీర యరయుట' యనఁగా స్త్రీజనోచిత మగుబెట్టు నూనుట. ఇందులకు. 'హ్రీనిషేవాన్వితా, అనిమూలము గానోపు. 'శౌరి తలచీర వాటింప నేరదయ్యె' (భాగవత. దశ. ఉ. 3౧౬) గ. జ. తనతలఁపు నెఱసె సని యర్థనితా.

క. ఆపాదమస్తకము త
ద్రూపము వీక్షించుచుం గు ♦ తూహల మడరన్
భూపాలమహిషి యి ట్లను
నాపాలఁతుకతోడ నుచిత ♦ మయ్యెడుభంగిన్. 311

ఆ. ఏది కులము నామ ♦ మెయ్యది యెవ్వరి
దాన వేమిపనికిఁ ♦ బూని యిప్డు
డెచటు బుద్ధిఁ దలఁచి ♦ యేఁగెద వింతయు
నెఱుఁగఁజెప్పు మాకు ♦ మెఱుఁగుఁబోఁడి. 312

వ. అనిన విని యాజ్ఞసేని యిట్లను నేను సైరంధ్రీజాతి సంభూత నభిదానంబు మాలిని పురుషపంచకసనాథ నై యుండుదు నొక్కకారణంబున నుద్ధతు లగువిరోధులచేతం బ్లతుల సన్నిధిం దలవట్టి యీడ్వంబడి వనంబునకరిగి వ్రతంబుమై వల్లభ సహితంబుగా వన్యాహారంబులం గాలంబు గడపుచు బ్రహ్మచర్యంబు నడపితి నిటమీఁద నియమాచరణంబు నకు నొక్కసంవత్సరంబు గొఱంత గలదు నీవుధర్మవర్తిని

1 ఇటు 'గారవంబున పొంగంబు' నిత్యాదు లగుజతలు భాషాశైలీ ప్రయుక్తములు. ఇట్టివే యితర పర్వములనుం జూపట్టెడిని. అ. గారవంబున ...గేల...దనువున.

వరయఁగ నొకఁత వగు ది
వ్వరికిం జనుదేరఁ గతము ♦ బొంకక చెప్పుమా. 314

క. అనుటయు దరహాసితము మో
మునకుఁ దోడవుగాఁగ బలుకు ♦ ముద్దియయేఁ గృ
ష్ణుని దేవి సత్యబామకుఁ
బనిసేయుదుఁ దొల్లి పిదపఁ ♦ బాంచాలి కడన్. 315

తే. తగవుమైఁ బరిచారికా ♦ ధర్మములకు
నెల్లఁజాలి వర్తించితిఁ ♦ దల్లి వినుము
నాథుఁ బ్రాణంబు ప్రాణమై ♦ నన్నుఁ దన్న
కాఁగ భావించి యాదేవి ♦ గారవించు 316

వ. నీవును. 317

క. నీచములయ్యెడు పనులకు
నాచాలమి యెఱిఁగి మన్న ♦ నకుఁ బాత్రముగా
నీచిత్తంబునఁ గైకొని
యాచారము దప్పకుండ ♦ నరయుము నన్నున్. 318

వ. అని యిట్లు దేవజాతి యను సందియంబు వాయంబవలికి
మఱియును. 319

మ. అసనం గతయి రాజనందన ప్రభూ ♦ ఆశ్చర్యమై యుల్ల
నున్ । విను నీరూపము సూచి మానృపతి యు ♦ వ్విళ్లూరు
నే నెమ్మోముం । బనిగొందుం దగ నింతులుందగిలి నీ ♦ పైఁ
జూడ్కి నెక్కొల్పి నె । మ్మనముల్ విస్మయమందఁ జూచె
దరు భా ♦ మా పల్కు లింకేటికిన్. 321

క. దుర్భరవగు నినుఁ గర్కటి
గర్భము ధరియించునట్లు ♦ గైకొని నా కై
నిర్భర విధ్వంసదశా
విర్భావము దెచ్చికొనుట ♦ వెరవై యున్నే. 322

ఆ. అనిన నీతలంచి ♦ నట్లకా దేర్పడ
వినుము నాదుపతులు ♦ వెరవు లావు
నలఘువిక్రమంబుఁ ♦ గలుగు గంధర్వులే
మఱరు నన్ను నొక్క ♦ మాత్రియైన.

క. నీచమతి నన్ను నెవ్వఁడు
సూచిన నారాత్రిలోనఁ ♦ జూతురు దెగఁ దా
రాచపలు హరిహరాదులు
గాచిన బలవిక్రమముల ♦ ఖర్వములైనన్. 324

1. క. జ. పుత్రివ్వలు.

వ. కావునఁ బురుషులు నాకడం దెఱ చూడను [illegible]
నుంగాక. 326

క. నాచిత్తము తాదృశులకు
గోచరమే అస్మదీయ ♦ కులజన1సంశి
తాచారమహిమ యట్టిది
యే చెప్పకు తద్విధాతి ♦ హీనవచనముల్.

చ. మనమున నూరడిల్లు మను ♦ మానము మానుమునన్ను
నేలు మే । పనులు నుదాత్తనాగరిక ♦ భంగుల నీమది కెక్కు-
నట్లు నే । ర్పును భయభక్తులుఁ మెఱయ రూపుగఁ
జేసెదఁ దక్షులైనస । జ్జనులు నుతింప వర్తనము ♦ సాధు
లు వృద్ధులుమెచ్చఁ జల్పెదన్. 328

క. ననుఁ గుచ్చితంపుఁ బనులకుఁ
బనుపక యెంగిలికి లోను ♦ పరుపక తగు మ
న్ననతోడ నరయువారల
కనురాగము నెఱపి నడతు ♦ రస్మత్పతులున్. 329

ఆ. అనిన సంతసిల్లి ♦ యద్దేవి సైరంధ్రి
నూరడిల్లఁ బలికి ♦ యునిచికొనియె

---

1. ఘ. సంరక్షాచార.

[illegible]

నివ్వటిల వసించి రుచిత ♦ నిభృతత్వమునన్. 331

వ. అనిన విని వారల వర్తనం బటమీఁదఁ జెల్లిన తెఱం
గెఱింగింపు మని యడిగిన. 332

ఉ. బాంధవ శాత్రవాకలిత ♦ భావభవా భవపాశ 1బంధసం
బంధ విరామరామ పరి ♦ పక్వ వివేకనిరూఢ భక్తహృ
ద్గ్రంథ విభేదనా పరమ ♦ కారుణికా పరిమాణదూర దుః
ఖేంధనపావకాయితసమీక్షణ 2చైత్రమహాద్భుతప్రభా.

క. అన్నమయత్వాదివిరా,
మోన్నతివాఙ్మనసదూర ♦ యోగిస్మేరా
భిన్నాభిన్నాకార,
చ్ఛన్నాత్మీయప్రగార ♦ జగదాధారా. 334

మాలిని. కమలభవకిరీట ♦ గ్రామపద్మావలీసం
గమసుభగపదాబ్జా ♦ గాఢభక్తిప్రకార
ప్రముదితమునిశశ్వ ♦ ద్భావనాగమ్యరమ్య
క్రమపరిణతమూర్తీ ♦ శ్రౌతశాఖాగ్రవర్తీ. 335

---

1. వల్లికాబంధ. 2. ఇది 'సంవిత్ప్రభావల్ల భా' అనుటం బోలినది.

గద్యము. ఇది శ్రీమదుభయకవిమిత్త్ర కొమ్మనామాత్య పుత్త్ర బుధారాధనవిరాజి తిక్కనసోమయాజిప్రణీతంబైన శ్రీమహాభారతంబున విరాటపర్వంబునందుఁ బ్రథమాశ్వాసము. 336

శ్రీమదపాంగాలోకన
ధామసకృత్సంగరూఢతాదృశవిభవో
ద్దామాశ్రితలోకా లో
కామయనిర్హరణనిపుణ శ్రీహరిహరనాథా. 1

వ. దేవా వైశంపాయనుండు జనమేజయున కిట్లనియె నట్టియెడఁ
ధర్మసూనుండు సభాజనంబుల యుల్లంబులు రంజిల్ల రాజు
నకు వినోదంబులు వివిధోదాత్త ప్రకారంబులఁ జలుపుచు
నొక్కొక్కమాటు మధురప్రసంగంబుగా నాడిన నెత్తం
బున గెలిచిన విత్తంబులు దమ్ముల కొసంగుచుండు వాయు
నందనుండు వంటకు మిగిలిన మాంసంబు లమ్మునెపంబున
నిచ్చలు సహోదరులకు నిచ్చుచుండు వివ్వచ్చుండు
సంగీత ప్రసంగంబున మెచ్చుపడసినకనకాంబరాదులు సోద
రులకుం జేర్చుచుండు నకులుండు [1]తురంగంబుల గ్రాసంబులం
గనినధనంబులు తోడంబుట్టువులకుఁ బెట్టుచుండు సహదే
వుండు గోవులం జూచి భూవల్లభుండు సంతసిల్లిన సమయం

1, క. తురంగప్రసంగంబుల.

తే. ఇట్లు దమతమవర్తిల్లు ♦ నెడల సకల
జనములకు హృదయానురం ♦ జన మొనర్చి
తాల్మి పుయులోట యడఁకువ ♦ తగవు మెలపు
నెఱి దెఱంగును బాటింప ♦ నేర్పు గలిగి. 3

క. ఉన్నతఱి వివిధదేశో
త్పన్నులు నద్భుతవిభాయి ♦ బలవిక్రమసం
పన్నులు నగుమల్లులు విభ
వోన్నతుఁడగువిరటుపాల ♦ నుద్భటవృత్తిన్. 4

క. తమలోన మాటలాడెడు
సమయంబున నొక్కరుఁడు వి ♦ శాలోరస్కుం
డమితబలుఁడు పంచానన
సమమూర్తిస్ఫూర్తి యధిక ♦ సంరంభమునన్. 5

వ. అన్నరపతికట్టెదుర నిల్చి భుజాస్ఫాలనంబుఁ జేసియట్లనియె

తే. నేలనాలుగు సెఱఁగుల ♦ నృపులకొలువు
లందు నేను వర్తించితి ♦ నవనినాథ
యగ్గలించి నాయెదుర బా ♦ హాప్పళించి
[1]కడఁగఁ జాలెడు మల్లులఁ ♦ గాననెందు. 7

1. చ. కడవఁజాలిన.

పడు ♦ [illegible]

క. వీనికి మాఱొకఁడనఁ జాలెడు
డానికిఁ దగువాని ధర్మ ♦ తనయుని పురిలోఁ
నానానియుద్ధలంపటు
నేనొక్కనిఁ గంటి [1]నిప్పు డిందులకతఁడున్. 9

క. మన బానసీఁడు వలలుం
డను శూద్రుఁడు నాకుఁ దెల్ల ♦ మధికబలుల నో
ర్చినవాఁ డనేక మల్లుల
నిను మెచ్చింపంగఁ జాలు ♦ నిజ మిది యధిపా. 10

క. అనవుడు భూపతి పిలువం
బనిచె నతని నతఁడు నపుడు ♦ భయ భక్తులతోఁ
జనుదెంచి మల్లవర్గము
గని మై వెలుగంగ నిలిచెఁ ♦ గౌతూహలి యై. 11

వ. ఇట్లు నిలిచిన పవనతనయు నవలోకించి యవనీవల్లభుం
డమ్మల్లముఖ్యుం జూపి యితనితోడి యుద్ధంబునకు సన్న
ద్ధుండవు గమ్మనిన నతండును ధర్మతనయు కనుసన్న గయి
కొని యమ్మత్స్యవిభునకు వినయంబుతో నిట్లనియె 12

1. క. నిపుణుఁ డిందుల కతఁడున్.

వ. అని మెత్తన యియ్యకొని గర్జించి గజాలస్యంబున [1]సంగ
ణంబుసొచ్చి భూపాలుని ముందట భుజాస్ఫాలనంబు సేసి
మ్రొక్కి మరలునెడ నంతకుమున్న యమ్మల్లవరుండు నర
పతి యనుమతి వడసి కృతపరికరబంధుండై యరుగుదెంచి
యచ్చట నునికిం జేసి యతండును ననిలసుతండును బర
స్పరమూర్తుల నవలోకించి యుద్ధరంగంబుమన్ను ఫాలప్రదే
శంబుల ధరియించి శిరంబులపైఁ జల్లుకొని రెండు సేతుల
మునివ్రేళ్ళను గొండొక వుచ్చికొని యొండొరుల దెసకు
వైచి యున్నతంబులగు నపసవ్యకరంబుల నాకుంచిత
సవ్యబాహుతలంబుల నప్పళించు చప్పుళ్ళు గలసి యొక్క-
రుండె మల్లచరచిన చందంబున హీతేర వింతతానకంబుల
నిలిచి కదసిన యప్పుడు వృకోదరుండు. 14

సీ. [2]ఉపతాయిలోఁ దన కొదవిన తోరహ
త్తము సూపి వ్రేయక ♦ సమదవృత్తిఁ
బాసి క్రమ్మఱఁ జేరు ♦ బలువిడి వాఁడు పై
నపరిన జరగక ♦ యవనిఁ గ్రుంగి

1. క. కంటకంబు; చ. సంఖణంబు. జ. సంఘణంబు; ఘ. సంఖణంబు
సంకణంబు. 2. చ. ఉపతాయిలోఁగొన ♦ కొదవిన.

ఆ. [illegible]

[1]యుడుగు సీసానఁ బట్టియు ♦ [2]ప్పళించుఁ
బోవనిచ్చు మగుడ [3]నేచి ♦ పోరఁ జేరు
[4]నెడల సరిసేయ నగుతడ ♦ వీకవాత్తు. 15

వ. మఱియు ననేక గతుల యోజలు మెఱయుచుఁ గొండొక
సేపు విరాటునకు వినోదంబు సలిపి. 16

ఆ. కచ్చ యమరఁబట్టి ♦ కాళ్ళును చేతులు
వ్రేల మత్తగజము ♦ లీల మెఱయ
ముష్టిబలువు నెఱయ ♦ ముక్కున వాతను
నెత్తురొలుక మల్లు ♦ నెత్తి వైచె. 17

వ. ఇవ్విధంబున విసరి నేలతో వ్రేసి వీఁపున మండిపెట్టిన.

క. పెలుకుఱి తాళంబీమదిఁ
దలఁచి యనువుగాక ధరణి ♦ తలముఁ గరతలం
బుల నప్పళించె వాఁడ 18
క్కాలు వార్వఁగ [5]విడిచి మెఱసెఁ ♦ గుంతీసుతుఁడున్.

వ. ఇవ్విధంబున మహాబలుపట్టి యాజెట్టి నెట్టన గెల్చిన మత్స్య
పతి మెచ్చి తనకిచ్చిన ధనంబు లచ్చటి జనంబుల కిచ్చి

---

1. క. యడుంగు. 2. చ. నప్పళించి, జ. నప్పళించి. 3. ఖ. లేచి ♦ పో. 4. ఘ. జ. వెడల...నగునెడ ♦ వీఁక. 5. ఘ. విఱచి.

క. పెఱవారలు దమమెలఁగెడు
తెఱఁగులు దొరఁకొన్న వింత ♦ తెరువుల నేర్పుల్
మెఱయుచుఁ బతి చిత్తముగొన
నొఱపు గలిగి మాన్యవృత్తి ♦ నుండుదురు దగన్. 21

వ. ఇట్లు పాండవులు పాంచాలీసహితంబుగా విరాటునగరంబున వర్తించుచుఁ గతిపయదినంబులు గొఱంతగా నేఁడుకాలంబు గడపిన సమయంబున మత్స్యపతి మఱందియు దండనాథుండును గీచకాగ్రజుండును రూపాభిమానియు నానాభరణ ధరణ శీలుండును దుర్విదగ్ధుండును బలగర్వితుండును నగు సింహబలుండు తన యక్క సుదేష్ణకు మ్రొక్కం జనువాఁడద్దేవి కనతిదూరంబున నున్న ద్రుపదరాజ నందనం గనుంగొని. 22

ఉ. అక్కజమైన చెల్వమున ♦ నాత్మకు వేఁగంబు పొల్పు
పాత్రిపై। నెక్కొను చూడ్కిఁ గ్రమ్మరుప ♦ నేరక
యూరక నిల్చెఁ గాముచేఁ। జిక్కిన నెమ్మనంబుఁ గడుఁ ♦
జేడ్పడు మానసుఁ జేష్టితంబులం। దక్కిన యంగముం
దలఁకు ♦ ధైర్యము నైన యతఁ డప్పు డయ్యెడన్. 23

వ. నిజాంతర్గతంబున. 26

ఉ. ఎందునునిట్టిరూపునరు ♦ లెవ్వరుఁగాంచిరె నాకకాదు సం
క్రందనసూతికిం దగిలి ♦ కన్గొనఁ జాలదె దీన నిందిరా
నందనునాజ్ఞ యేచి భువ ♦ నంబులఁ బ్రబ్బదె యుత్తలోదరిం
జెందఁగఁ గాన్పు గాదె ఫల ♦ సిద్ధి పురాతనపుణ్యవృద్ధికిన్.

సీ. ఇయ్యింతి ప్రాపున ♦ నయ్యనంగుఁడు పార్వ
తీశునైనను దక్క ♦ నేల కున్నె
యున్నాతిచెలువంబు ♦ గన్న శచీప్రియుం,
డైనను [1]గనుకలి ♦ [2]నవయ కున్నె
యిత్తన్వి కెన లేమి ♦ కెదిరి పన్నిదము భా
షావిభుతో నైనఁ ♦ జఱవరాదె
యుత్తలోదరిజీవి ♦ తేశున కిందిరా
పతినైన మెచ్చుక ♦ పలుకఁ జనదె

తే. కుసుమబాణునిబాణముల్ ♦ గూడ నైదు
గరఁగి నేరిమి వాటించి ♦ కరువు గట్టి
[3]పోసి చేసి చైతన్యసం ♦ పుటము దగ ఘ
టించిరో కాక యిట్టిచే ♦ డియలు గలరె. 27

---

1. జ. గనుకని. 2. చ. నలియు; ఙ. నలయు. 3. గ. పోసి విధిచేసి చైతన్య ♦ పుటము దగ ఘటించెనో.

సీ. దీనిజన్మంబునఁ ♦ దేజంబు నొందిన
యింతియుఁ బతియును ♦ నెవ్వరొక్కొ
దీనినామాకృతి ♦ గా నోఁచి పడసిన
యిం పగువర్ణంబు ♦ లెవ్వియొక్కొ
దీనివల్లభుఁడనఁ ♦ గా నిల సొబగుసొం
పెసఁగ వర్తిల్లువాఁ ♦ డెవ్వఁడొక్కొ
దీనివసించుటఁ ♦ దా నొప్పి పెంపున
నేపారుమందిరం ♦ బెద్దియొక్కొ

ఆ. దీనిఁ బొందఁ గాంచు ♦ తెఱఁగు నా కెయ్యది
యొక్కొ యిట్టిపనికి ♦ [1]నూఱడిల్లి
తోడుకొనఁగ నిచట ♦ నీ డగుచుట్టంబుఁ
దడవి యెట్టులొక్కొ ♦ పడయువాఁడ. 30

చ. అని యని యుగ్గడించు ధృతి ♦ యల్లల నాడినఁ దల్లడించుఁ
[2]బై । కొనుతలఁ బొరగించు మదిఁ ♦ గోర్కులు పేర్చిన
నప్పళించు నె । ట్టన తెగ నగ్గలించు నచటన్ జనులం బరి

---

1. గ. నూఱడిల్లఁ దోడుగాఁగ. 2. గ. పైకొనుతలదొరగించు; చ. పైకొనుతలపోఁత నించు. జ. పైకొనఁ దల యొగగించు.

ట ్రు

వాసిన బెగ డొందు సిహా ♦ బలుఁ డట్టియెడన్. 32

సీ. వెరవక ననుఁజూచి ♦ వీఁడని యెదఁగలు
ఫించిన నొండొండ ♦ చెమట వొడమ
ననుచితకృత్యంబు ♦ లాచరించువిధాతృ
బలిమికి నెవ్వేఱ ♦ పాటు దోఁప
నిచ్చట దిక్కు లే ♦ రెవ్వరు నా కను
భయమున మేనఁ గం ♦ పంబు పుట్టఁ
జేయంగ నేమియు ♦ పాయంబు లేమి నా
ననమున వెల్లఁద ♦ నంబు గదుర

తే. నున్న పాంచాలిఁ గనుఁగొని ♦ యన్న రాధ
ముఁడు వివేకవిహీనుఁడై ♦ ముదితుఁ డగుచు
మదనవికృతియ కాఁ దన ♦ మదిఁ దలంచి
రాగసాగరపూరని ♦ ర్మగ్నుఁ డయ్యె. 33

వ. అయ్యవసరంబున. 34

చ. పొలఁతుక కాంతి యింత పొలి ♦ వోవఁగ నీ కెసలారు
తార ని । శ్చలతఁ గడంగి క్రోలికొనఁ ♦ జాలుటఁ గీచక
ముఖ్యలోచనం । బులు నయనం ప్రధాన మను ♦ పూర్వ

1. వెస.

బాష్పసలిలమాలికము చిత్తముఁ
గప్పికొనుట నుత్తలంబు ♦ గదురఁగ నచ్చోన్. 36

సీ. తన్వంగి మవ్వంపుఁ ♦ దనులత నెసఁగెడు
నునుఁగాంతి వెల్లువ ♦ మునుఁగఁ జాఱఁ
గిసలయహస్తకెం ♦ గేల నేపారుక్రొ
మ్మించను 1 లేయెండ ♦ మిగులఁ బర్వఁ
గమలాస్యముగ్ధమై ♦ గంబులేమెఱుఁగుల
మొత్తంబుపరి చుట్టు ♦ ముట్టికొనఁగ
ధవళాక్షితొంగలి ♦ తఱచుఱెప్పల చెన్ను
కప్పుచుచీఁకటి ♦ గవియుదేర

తే. బెగ్గలం బంత కంతకు ♦ నగ్గలింప
నొదవు చెమటతోఁ జిత్తంబు ♦ సెవరి యెందు
మెలఁగఁ దలఁపేది యాసింహ ♦ బలుఁడనంగు
పట్టియాడెడు జంత్రంబు ♦ పగిదినుండె. 37

—♦ కీచకుఁడు సుదేష్ణవలన ద్రౌపది తెఱం గెఱుంగఁ గోరుట. ♦—

వ. ఇట్లు కందర్పదర్పగోచరుండైన కీచకుండు నిజసహోదరి
వలన నక్కోమలి కలరూపు దెలియందలంచి దానిదెసం

1. క. సురయెండ; గ. జ. సులియెండ; చ. సరియెండ.

బాంచాలిం జూపి వేగ ♦ పడి యిట్లనియెన్. 39

ఉ. ఇయ్యరవిందగంధి కుల ♦ మేమి చరిత్రముచంద మెట్టిదో పే
రెయ్యది నాథుఁ డెవ్వఁ డిది ♦ యెచ్చట నెప్పుడునుండు నిప్పు డా
నియ్యెడ కేఁగుదేవలయు ♦ ఏపని సేయఁగఁ బూని దీనిపై
నెయ్యముకల్మి యేకొలఁది ♦ నీమది కింతయు నాకుఁ
జెప్పుమా. 40

క. అనవుడు నయ్యంగన యితఁ
డనంగశరదళితహృదయుఁ ♦ డయ్యె నకట యీ
తని చిత్తవృత్తి మరలుప
ననురూపం బగు నుపాయ ♦ మది యెయ్యదియో. 41

వ. అని తలంచుచుఁ గీచకునిమాటలు గీటునం బుచ్చి యొండు
పలుకులు జరపిన నతండును సత్త్వహీనుండు గావున సత్త్వ
రుండై క్రమ్మఱి ద్రౌపది యున్నయెడకుం జని యాసమీ
పంబున నల్లాడుచు నమ్మానవతితో ని ట్లనియె. 42

క. ఇవ్వసుమతి నే పొలఁతుల
కివ్విధమునఁ జెలువు గలదె ♦ యెన్నండును నీ
వెవ్వరితనయవు నీపతి
యెవ్వఁడు పే రేమి సెప్పు ♦ మిందునిభాస్యా. 43

గను విచ్చి చూచినఁ ♦ గాదె యబల
చెలువంపునెమ్మోము ♦ నెలమిసొం పినుమడి
గా నల్ల నవ్వినఁ ♦ గాదె యింతి
దంతమౌక్తికరుచి ♦ దలకొన మఱుమాట
పలికినఁ గాదె యు♦త్పలదళాక్షి
యుల్లంబుసరసత ♦ దెల్లంబుగా లీలఁ
గైకొన్నఁ గాదె పం♦కరుహవదన

ఆ. యనుచుఁ జూచుఁ 1జేరు ♦ నమ్ముగ్ధపలుకులు
వినఁగఁ గోరుఁ గేలు ♦ దనదు కేలఁ
గీలుకొలుపఁ దలఁచుఁ ♦ గీచకాధముఁడు ని
జానురక్తి దెలుప ♦ నప్పళించు. 45

వ. ఇట్లు దాన తమకంబున 2వడిగొనుచు నప్పు డయ్యంగన
యింగితం బూహింప వెరవు మాలి మఱియును. 46

సీ. సుదతి నీపై చక్కఁ ♦ జూచుట కోడెదఁ
3గనుఁబాటు వారయునో యని తలంచి
మది నిగిర్చినమాట ♦ మగువ నీపెంపునఁ
గుదిసి నానాలుకకెతుదికి రాదు

1. అ. గేరు. 2. క. మల్లడిగొనుచు. 3. ‘గనుఁజాటు’ అనియే వ్రా. ప్ర.

ఆ. [illegible]
నాదరంబున నెప్పటికయట్ల యున్న
మన్మథుఁడు సమయించిన ♦ మగఁడ నన్నుఁ
బడయ వచ్చునె యెన్నియు♦పాయములను. 47

వ. అని తనయభిలాషంబు దేటపడం బలికిన నబ్బోటి కలు
షించియు దుర్వారం బైన పరిభవవికారంబు దోఁప కుండఁ
దన్నుం దాన యుపశమించుకొని వీఁడు దురభిమాని యై
యున్నవాఁడు వేగిరపాటు వలను గాదు వెరవుతోడన
తప్పించుకొన వలయు నని యతని కిట్లనియె. 48

క. నాయున్న బాము దలఁపవ
యీయెడ లీచీర యట్టి♦యేవపుఁజందం
బోయన్న మదనవికృతిం
జేయు ననుట యెంతయును ని♦షిద్ధము గాదే. 49

తే. చనునె యిమ్మాటలాడ స♦జ్జనుల కాఁడుఁ
బుట్టువులతోడ నీవును ♦ బుట్టినాఁడ
వట్లు గాకయు హీనవం♦శాభిజాత
నైనపతివత్ని నగు[2]నన్ను ♦ నడుగఁ దగునె. 50

1. క. గ. నైపతివ్రత నగు. 2. క. ఖ. నాకు నడవఁదగునె.

[illegible]

యచ్చునఁ బెట్టిన ♦ ట్లంద మొంది
చక్రవాకంబుల ♦ చందంబు గొనివచ్చి
కుప్పలు సేసిన ♦ ట్లొప్పు మెఱసి
చందురు నునుఁగాంతి ♦ కం జేర్చి కూర్చి బా
గునకుఁ దెచ్చినయట్లు ♦ గొమరుమిగిలి
యళికులంబులకప్పు ♦ గలయంతయును 1బుచ్చి
నాఱు వోసినభంగి ♦ నవకమెక్కి

తే. యగ్రఘటితలములుఁ గుచములు ♦ నాననంబుఁ
గచభరంబును నిట్లున్న ♦ రుచిరమూర్తి
యనుపమానభోగములకు ♦ నాస్పదంబు
కాదె యీత్రిప్పు లేటికిఁ ♦ గమలవదన. 52

తే. నీవు దుర్గాతి గామికి ♦ నీవ సాక్షి
పరసతీసంగమున వచ్చు ♦ పాపమునకు
నోరుతును గాని సైరింప ♦ నోపఁ బచ్చ
విలుతుతూపులతాఁకున ♦ కలరుఁబోఁడి. 53

క. అను సత్పలుకుల కయ్యా
గన కోపము గదిరి నీచు ♦ గావున జంకిం

1. క. జ. పెచ్చి.

ద్గర్వాంధప్రతివిరనిర్మథనప♦ద్వ్యాపారగుల మత్పతు
ల్గీర్వాణాకృతు లేవు రిష్టు నిను దో♦ర్లీలన్ వెసం గిట్టి గ
ర్వ్వాల్ మానముఁ బ్రాణముం గొనుట త♦ధ్యం బెమ్మెయిం
గీచకా. 5

తే. అనుడు నతఁ డిట్టు లనియె నా♦యతులబాహు
బలము జెనయంగ భవదీయ♦పతుల కారు
మూఁడులోకంబులందు నె♦వ్వాఁడు 1లేఁడు
నిక్కువం బింత నమ్మము ♦ నీరజాక్షి. 5

వ. అనిన విని సైరంధ్రి సైరణ దక్కి ధిక్కరించి యిట్లనియె

క. చనుఁ జన దని చూడక యం
దనిమ్రాఁకులపండ్లు గోయఁ ♦ దలఁచుట హిత మే
మును చెడిన రావణాదుల
విని యెఱుఁగవె యెన్నఁడును వి♦వేకవిహీనా. 5

తే. ఇవ్విధంబునఁ బలికిన♦2యింతిపలుకు
గాన నేరక తమయప్ప♦కడకు మగుడ
నరిగె నెవ్వగ మనమునఁ ♦బిరిగొనంగఁ
జిన్నఁబోయినమొగముతో♦సింహబలుఁడు. 5

1. చ. జ. లేమి. 2. క. గ. నింతవట్టు.

వ. ఏ నప్పుడు నీకుం జూపి యన్వయనామధేయంబు లడిగిన యప్పొలఁతివలనం జిక్కి చిత్తంబు త్తలపఁ చున్నయది ఇట మీఁద నీవ యెఱుంగు దయ్యింతి ఇంతసేపు నీచేరువ నుండి యిప్పు డెట మెలఁగె నని యడిగిన విని యతని వేగిరి పాటు సూచి శిరఃకంపంబు సేయుచు సుదేష్ణ నిజాంతర్గతంబున. 61

తే. రాగరసమగ్నుఁ డయ్యె సై♦రంధ్రిఁ జూచి
యకట దీన నింకేమి య♦పాయమగునొ
వలదు తగదన్న నుడిగెడు♦వాఁడె వీఁడు
మాయదైవము యే సేమి♦సేయుదాన. 62

వ. అయిన నానేర్చుకొలందిఁ దగినతెఱంగున వారించి చూచెదం గాక యని యూహించి ఇట్లనియె. 63

సీ. లలితంబు లగు మట్టి♦యల చప్పు డింపార
నంచకైవడి [1]నడ♦ నల్లవచ్చి
యెడమేని సెత్తావి♦సుడియంగఁ బయ్యెద
సగము దూలించి పై♦మగుడఁ దిగిచి
పోలెడు నెలదీఁగ♦లీలఁ గ్రాలుచు వింత
చెలువంబు దలకొనఁ♦జేరి నిలిచి

1. క. గ. ఘ. నల్ల.

[illegible]

నీరసాకార సైరంధ్రిఁ • గోరఁదగునె. 64

వ. అనిన నప్పలుకులదెస ననాదరంబు సేయుచు నచ్చేడియం
జూచి కీచకుం డిట్లనియె. 65

క. నాకొలువుపార కౌర
న్నా కేశుం గొలుచు నంగ • నలలో నైనన్
లేకునికి నాకుఁ దెల్లం
బా కొమ్మకు నీకు వోల్ప • నయ్యెడు సుదతుల్. 66

సీ. గంధమిళాలికిఁ బుట్టి • కాముబాణములతోఁ
గలసి యాడెనునట్టి • కన్నుఁ గవయు
బిసకాండములశిక్షఁ • బెరిఁగి లేఁదీఁగల
మెచ్చక యున్నట్టి • మృదుకరములుఁ
జిగురులతో సంధి • సేసి యంబుజముల
పైనెత్తి చనునట్టి • పదతలములుఁ
గలకంఠములచేతఁ • గఱచినవిద్య వీ
ణాల కిచ్చునట్టి తి • న్నని మొలుంగు
తే. నత్రైలాంగన రేఖయు • నవ్విధంబు
గఱువచాందంబు నమ్మెయి • కలికితనము

1. అ. రాగంపుఁ జెయ్వుల.

సవ్వ్యేలాడి వాడయు నిల్లనియ. 68

తే. ఆయురైశ్వర్యకీర్తుల ♦ నపహరించు
పరసతీసంగమము ధర్మ ♦ ధర్మపథమునందుఁ
బరఁగువారలు పరిహరిం ♦ పఁగఁ గనియు
వినియుఁ దెలియవె యిది దుర్వి ♦ వేక మగుట. 69

సీ. పతి మోహింగినఁ దన ♦ ప్రాణంబుపై నమ్మ
ననుభయంబున నుల్ల ♦ మదరుచుండ
జనులుగాంచిన మాను ♦ షముఁ దూలుఁ దనకను
పుంబులోటమున మోము ♦ పుల్లగిలఁగ
బోటికిఁ గోఁచినఁ ♦ బొలియుఁ దేఁకువ యను
వెగడునఁ జెయ్యులు ♦ వీడుపడఁగ
బంధుల కగపడ్డఁ ♦ బాయు సన్వయ మను
కలఁక స్నేఁ మాటలు ♦ గ్రమ్ముదేరఁ

తే. గీచిత దెసఁ గౌతుకం బురి ♦ యాడ రతుల
చవులు గొనియాడ నేగని ♦ జారపొందు
హృదయమునఁ గింపు గాఁగాను ♦ నెఱుక గలుగు
వారు దీని సుఖంబుగాఁ గోరరెందు. 70

వ. అదియునుం గాక. 71

తే. కాని తెరువునఁ బోయినఁ ♦ గలుగునయ్య
బ్రదుకు చవియెంతయైన న ♦ పథ్యములకు
వేడ్క సేయుదురయ్య వి ♦ వేకు లెవ్వి
ధమున నాబుద్ధి వినవయ్య తమక ముడిగి. 73

క. అనవుడు నమ్మాటలు దన
మనమునకు సహింప రామి ♦ మల్లడిగొనుచున్
మనసిజ పరతంత్రిత ని
ట్లని పల్కె సుధేష్ణతోడ ♦ నతఁ డుద్ధతుండై. 74

మ. వనితా యే నొకపల్కు వల్కెదఁ జతు ♦ ర్వారాశి
మధ్యంబునన్ । ఘనబాహాబల మొప్ప నన్ను నెదురం ♦
గా నొక్కఁడున్ లేమి యె । వ్వనికిం దెల్లముగాదె దాని
మగలన్ ♦ వజ్రిహతిం గూలు శై । లనికాయం బన
మద్భుజాసమదలీ ♦ లన్ గీటడంగించెదన్. 75

ఉ. బుద్ధులు సెప్పునెల్ల నటు ♦ పోవిడు మెమ్మెయి నైన
సౌఖ్యసం । సిద్ధియొనర్పు నాకు నెడ ♦ సేసినఁ దాపము
రూపుమాపు నా వృద్ధియు కోరుదేని నవి ♦ వేకివి నీ వని
నన్ను నిట్లసం । బద్ధములైన వాక్యములు ♦ పల్కక వే పిలి
పింపు కోమలిన్. 76

సీ. ఆవల వచ్చు నాపదల ♦ [illegible]
కీవెడమాటల౯ మరలఁ ♦ నెన్నివిధంబులఁ జూపి
చెప్పినం 1గావల మైనవీఁడు దగు ♦ కార్యము వట్టునె వీని
కెమ్మెయిం జావు నిజంబు మన్మథుని ♦ శాతశరంబుల
నైన నక్కటా. 78

క. అని మనమునఁ దలపోయుచుఁ
దనతమ్ముని నల్ల నెత్తి ♦ దండడి దొరఁగం
జనుదెంచు నశ్రుపూరము
కనుఁగవలో మ్రింగికొనుచుఁ ♦ గామిని పలికెన్. 79

ఆ. ఇంత 2దలర నేల ♦ యెమ్మెయి నైనను
గొమ్మ నలవరించి ♦ కూర్చు టరుదె
యుమ్మలంబు దక్కి ♦ యూఱటతోడ నీ
వేఁగు మసలవలవ ♦ దింక నిచట. 80

క. ఆసవమున కని నీదు ని
వాసమునకు దివములో న ♦ వశ్యంబును నే
నాసుదతిం బుత్తెంతు ని
జాసక్తి ఫలింపఁ గోఱలు ♦ మభిమత కేళిన్. 81

---

1. "కావలము" అనఁగా కావలము గలవాఁడు 'కావలములు చక్కవినరు కార్యవచనముల్.(ఉద్యో. 3-౨౮)ఇది 'గారాము' వంటిది. 2. చ. దలఁక.

లథ
ల పఱుపం దలరి నెవ్వగల కగపడి తలపోఁతలకుం జొచ్చి
దుర్విదగ్ధుండు గాప్రవ నమ్ముగ్ధకుం దనసన్నిధిఁ గామవికా
రంబు పుట్టుట గలుగ భావించుచు. 32

సీ. కేలిమై నొక్కట ♦ లీలఁ [1]గ్రేళ్లుఱికెడు
వాలుగుసోగల ♦ నేలుదెంచి
కరువలిసుడియమిఁ ♦ గదలక చె న్నొందు
నెఱవిరితమ్ముల ♦ నుఱక తెగడి
బెడఁ గొందఁ [2]దుడిచిమైఁ ♦ దొడసినవలరాజు
వాలికతూపులఁ ♦ దూలఁ దోలి
పొలపంబు మెఱసి ది♦క్కులఁ గాంతిపూరించు
క్రొక్కారు మెఱుఁగుల♦నుక్కడంచి

తే. తనవిలోచనములు నాదు♦మనము నాఁచి
కొనఁగ నంభ్రాంతి ననుఁ గనుఁ♦గొనియె నాత్మఁ
గైకొనియె రాగరసమునఁ ♦ గడలుకొనియె
మదనవికృతి బయల్పడ ♦ నుదిలకొనియె. 33

ఉ. చిత్తముమెచ్చి నావలనఁ ♦ జిక్కఁగ వెండియు నాలతాంగి
యచ్చొత్తినయట్లు నాకుఁ దన♦యుల్లము దెల్లము

---

1. చ. బెళ్లెసఁగెడు; జ. గ్రేళ్లెసఁగెడు. 2. చ. జ. దుడిచిచే; దుడిచిన.

దగిలి తనయిచ్చఁ బొఱచి ♦ చిత్తంబుపజ్జ
వదిగి యిట్లను నక్కీచ ♦ కాధముండు. 85

సీ. లీల నాముందట ♦ నాలేమ వాలసినఁ
జూడ్కికిఁ జుబ్బన ♦ చూఱ గాదె
కను విచ్చి నన్ను నా ♦ తనుమధ్య సూచినఁ
దనువున కమృతసే ♦ చనము గాదె
చిఱునవ్వు బెరయ న ♦ చ్చెలువ నాతోడఁ బ
ల్కినఁ జెవులకు రసా ♦ యనముగాదె
యొలమి నమ్మోహిత న ♦ న్నెలయింపఁ దివిరిన
నెడఁద కానందంబు ♦ నిక్కగాదె

తే. యానితంబిని మక్కువ ♦ ననఁగి పెనఁగి
యొప్పుపొంపిరివోవ న ♦ న్నేలికొనఁగఁ
దలఁచి పొందిన నది జన్మ ♦ ఫలము గాదె
యనుచు వలరాజుబారికి ♦ నగ్గమయ్యె. 86

వ. మఱియు ననేకభంగుల ననంగవిభ్రమంబుల కనురూపంబు
లైన బహువిధప్రలాపంబులం బ్రొద్దు గడపుచు నమ్మదిరా
క్షిరాక కెదురుచూచుచుండె నక్కడఁ బాంచాలి రావించి
సుదేష్ణ తృష్ణ భావించుచు నిట్లనియె. 87

వాచవి యగు[1]బహువిధంపు♦వారుణి గలుగున్
వేచని యుచటికిఁగొని ర
మ్మాచమాతము గాని నీగ♦మన వేగంబున్. 89

వ. అనవుడు 90

ఉ. ఉల్లము దల్లడిల్లఁ దను ♦ వుద్గతఘర్మజలంబు దాల్చుచున్
డిల్లపడంగ నా కిది గ♦డించివిచారము పుట్టె నందుఁ బో
నొల్ల ననంగ రా దచటి ♦ ఊరక పోవను రాదు నేర్పు సం
ధిల్లఁగ దీనిఁ బాపికొను♦దీమస మెట్టిదియొక్కొ దైవమా.

వ. అని తలంచుచు డోలాందోళితమానస యగుచు నమ్మానిని
సుదేష్ణ కిట్లనియె. 92

ఉ. ఉత్పలగంధి నన్నుడుగు ♦ మొల్లను బంపుము కల్లు దేర నే
సత్పథవృత్తి నీకడన ♦ సంతతమున్ బహుమానపాత్రనై
తత్పరతం జరించి యుచి♦తంపుఁబనుల్ దగఁ జేయుఁగాక దు
ర్వ్యత్పరివారయోగ్యపరి♦చారము మైఁ జనునట్టిదాననే. 93

క. అతివ తగునమ్మ నీగృహ
మతినిర్మలచరితభరిత ♦ మని యీయెడ మ

---

1. క. గ. చ. బహువిధములవారుణి.

గాంచు టొ ప్పై ధరఁ గీర్తి కెక్కఁడె య✽పాయము సేసిన
నింద పుట్టదే. 95

ఆ. ఎవ్వరేనియింటి ✽ కెద్దియే నొకటికి
నన్నుఁ బంపఁ దగునె ✽ నిన్ను నాఁడ
కొలుచునెడ ననుజ్ఞ ✽ గొనవె నీచము లగు
పనుల కేను జాల ✽ కునికి సెప్పి. 96

క. అనిన విని యనుచితంబున
కనయము శంకించియును లతాంగి మదిం ద
మ్మునివలవంత దలఁచి యి
ట్లనియెం బాంచాలితోడ ✽ సాదరవృత్తిన్. 97

ఉ. అక్కట యేను వేడ్కఁపడి ✽ యా నెడు నాసవ మర్థిఁ దేరఁ గా
నొక్క నికృష్టఁ బంచుటకు ✽ నోపం చెప్పిన దీని నీవు గో
సైక్కఁగఁ జేసి నిన్ను నతి✽హీనవిధాననియుక్తఁ జేత గా
నిక్కమ యుమ్మలించి తిడి ✽ నెయ్యముతియ్యముకల్మియే
సఖి. 98

క. అది లాఁతియిల్లె నినుఁ దమ
హృదయంబుల నెవ్వరేని ✽ నెఱుఁగరె యేఁ జె

1. క. నమ్మిక. 2. క. గ. నిజస్థితివృత్తము.

జన దీయమతోడ ననువిచారము పుట్టెన్. 100

వ. ఇట్లు దోఁచిన తలంపునఁ జేసి. 101

—♦ ద్రౌపది కీచకునింటికిఁ గల్లు దేరం బోవుట. ♦—

చ. మన ముఱియాడు చుండ ననుమానముతోన సుదేష్ణఁ
జూచి నీ వనయముఁ గోరినట్టిపని । యద్ధిమెయిం జని చేయు
దానఁ గాకను తనమాట కప్పొలఁతి । హర్షముఁ బొందుచు
నంది యిచ్చు కాంచనచషకంబు పుచ్చుకొని । చారువిలోచన
యార్తమూర్తియై. 102

వ. చనుచుండి నీచహృదయుం డగుకీచకుండు దనయెదుర నప్పు
డాడినకర్ణశూలంబు లగుమాటలమీఁదం బిడుగుపడినవానిఁ
గొఱవిం జూఁడిన తెఱఁగున సుదేష్ణ దన్ను నుచితవ్యాపా
రంబునకు నియోగించుటకు నిర్వేదనంబుం బొంది, 103

చ. అలమటఁ బొందు [1]మాయవిధి ♦ యా యని దైవము
దూఱుచిత్తఱిం । గలరొకో నాకుదిక్కను మొ ♦ గంబున
నశ్రులు వెల్లిగొల్పఁ దొ । ట్రిలఁబడు జల్లనం జెదరు ♦

1. చ. మాలవిధిరా.

భయరసవేగంబు ♦ పైకొనిముట్టినఁ
గొంతకుఁ దనులతఁ ♦ గంప మడరె
బెగడంత కంతకు ♦ మిగిలిన నింతికిఁ
బదముల 2నట దొట్రు ♦ పాటుఁ జెరసెఁ
దల్లడం బొందినఁ ♦ దన్వికి నవయవం
బుల నెల్ల ఘర్మాంబు ♦ కళికలెసఁగెఁ

ఆ. దలఁకు పుట్టెఁ గొంకు ♦ గొలఁదికి మీఱె వె
న్నాటుదోఁచె ముట్టు ♦ పాటు దొడరె
వెఱఁగుపాటు దనికె ♦ 3నెఱనాడె నొవ్వ నె
వ్వగలు వగల నీనె ♦ దిగులు వొదివె. 106

వ. ఇవ్విధంబున ద్రుపదపుత్రి మురవస్థం బొందుచు మహాపదల కుం బరిహారణంబు హరిస్మరణంబ యని తనహృదయ పుండరీకంబునం బుండరీకాక్షు నిక్షేపించుకొని సుదేష్ణమంది

---

1. 'కేవలమునఁ' ఇది 'అగ్నిసాక్షికఁబునఁ' (ఆది-౮-౧౩౬) నిర్భయమునఁ" (ఆది ౬-౧౮౬) ఇత్యాదులవంటిది. కేవలమున ననఁగా సామాన్యముగా. మన్మజనపాలుఁడు కేవలుఁడే" (నిర్వచ. ఉత్త. ౧) కేవలయోధవే (ఉద్యో. 3. ౬౧) ఇత్యాదులయందు కేవలశబ్దము సామాన్యవాచిగాఁ జూపట్టెడిని. అ. కాలవమున. 2. చ. దొట్రిలఁబాటు. 3. ఘ. నెఱవాడె నొప్పు.

వోరయకుండఁగ రక్షింపు కరుణతోడ 108

వ. అనుచుం గేలు మొగిచిన. 109

క. తరుణియు దుఃఖిత యగు న
త్తరుణిం గాచుటకు నత్యు దగ్రభుజావి
స్ఫురణాఢ్యు నొక్క రక్కసుఁ
గరుణార్ద్ర మనస్కుఁడగుచు గ్రక్కునఁ బనిచెన్.

వ. వాఁడునుం బని పూని యంబరంబున నదృశ్యాకారుండై
వచ్చి నిలిచె. 111

తే. ఇట్లు ప్రార్థించి పాంచాలి యెట్టకేని
సింహబలుమందిరం బల్లఁ జేర నరిగి
యొల్లఁబోవుచు బెబ్బులి యున్నపొదరు
సొచ్చులేడిచందంబునఁ జొచ్చుటయును. 112

ఉ. అంబురుహాక్షి వచ్చుతెఱు 1వారయఁ గీచకముఖ్యుఁడప్పుఁ
డె । ల్లంబుగఁ జూచి యుల్లము కలంకయు వారక మేన
వెమ్ముతా । పంబుచు డిగ్గఁ ద్రావి గరు పాఱుచు
నుత్కట సంభ్రమంబు హా। ర్షంబుఁ బెనంగొనంగ సతి
చంచల భావపరీత మూర్తియై. 113

---

1. ఖ వారయఁకీచక.

వ. తత్ప్రదేశంబునకుం జని. 115

తే. దేవి తృషవుట్టి వారుణి § దేరఁబనుప
నరుగుదెంచితిఁ బోయింపుఁ § డనిన నింతి
నెమ్మొగంబున దృష్టులు § నిలిపి తమక
మడర నిట్లను నా కీచ § కాధముండు. 116

క. దేవితృష దీర్పఁ బూనితి
నా వెలఁది సహోదరుండ § నగు నాతృష లీ
లావతి నీమసరసనం
భావనమెయిఁ దీర్పకునికి § పాడియె చెపుమా. 117

సీ. కాంతిదళ్కొత్తు నీ § కడగంటిచూడ్కితోఁ
బొందఁగానని మేను § పొగులుటయును
దీపారు నీపల్కు § దెల్లంబుగా వినఁ
గానని వీనులు § గందుటయును
నిం పగునీచెయ్వు § లెలమిమైఁ గొనియాడఁ
గానని కోర్కులు § [1]గనలుటయును
సొగయించు నీకేళిఁ § దగిలి యానందంబుఁ
జెందఁ గానని మది § గుందుటయును

---

1. క. గలఁగుటయును.

తే. చెలువ యప్పలుకులు పెడఽ చెవులఁబెట్టి
ధీర గావున విగతవిఽ కారయగుచు
మదిరవోయుంపుఁ డద్దేవిఽ యెదురు[1]చూచు
నెలుగుఁ దడవైన మగుడఁ బోఽ వలయు ననిన. 120

చ. మదిర సుదేష్ణపాలి కొకఽ మాత్రన పుచ్చెద నొప్పఁ జేత
నిం । పొదవెడునట్టి దీనిచవిఽ యుల్లము[2]సోకఁగ నాను
మీవు నీ । వదనసరోజసౌరభ మఽ వారణ నన్నునుగ్రోల
నిమ్ము బె । ట్టిదుఁ డగు కాముతూపులఁ దాఽ డిఁబడ
కుండఁగఁ గావుమి త్తఱిన్. 121

క. కరితురగరథసమితిఁ బొం
సిరివోయెడు నాదులక్ష్మిఽ పెంపున కెల్లన్
సరసిరుహావదన నీవ కు
దురుగా నొనరించెదం గుఽ తూహలమెసఁగన్. 122

క. రుచిరమణిభూషణంబులు
నుచితవిహారప్రకారఽ యోగ్యాగార
ప్రచయము సుందరగణికా
నిచయము నొప్పించువాఁడఽ నీకుం దరుణీ. 123

---

1. ఖ. చూచియలుగు. 2. క. గ. సోఁకఁగ.

తగ్గలించుతమకంబునఁ 2దన్నుం దా నెఱుఁగక పఱిం
బడి పట్టికొనిన. 125

క. తనుఁగాచి వెనుకవచ్చిన
దనుజమహాబలము తనదు తను వొందిన నా
తనిచే విడిల్చి రభసం
బునఁ దన్మందిరము ద్రుపద పుత్రిక వెడలెన్. 126

వ. ఇట్లు ద్రోచిపోయినం గీచకుండు వెనువెంటందగిలిన నమ్మగువయు మరలిచూచి భయభ్రాంతయై యెవ్వలనికిం బోదునో యని తలంచి దైవయోగంబున విరాటుండప్పుడు గొలువునికిం జేసి తత్సభాభాగంబుదెసకు వెసం బాఱినం గామాయత్త చిత్తుండును గర్వోన్మత్తుండును గావున జనసమూహంబు సరకు సేయక రహస్య 3ప్రకాశవిభేద విచారంబు దక్కి. 127

—♦ కీచకుఁడు ద్రౌపదిం బట్టుకొనుటకు వెంటఁ దగులుట. ♦—

సీ. సమదవారణము జంగమలత వెనుకొని
సరభసంబునఁ బట్టుఁ జనువిధమునఁ

1. నాకుఁగల కాంతలెల్లను. 2. ఖ. ద. నన్నెఱుంగక; జ. గ నన్నెఱుఁగక. 3. చ. గ. ప్రకారవిభేదనవిచారంబు.

ప్రబలబిడాలంబు × బాలశారికమీఁద
నడరి సత్వరముగ × నరుగుమాడ్కిన్.

తే. సింహబలుఁ డత్యుదగ్రుఁడై × చిగురుఁబోఁడి
పజ్జఁ గడువడిఁ దగిలి కోపంబు గదుర
నొడిచి తల పట్టి తిగిచి మహోగ్రవృత్తిఁ
గొంతు కొస రించుకయు లేక × కూలఁ [1]దాఁచె. 128

వ. అట్టియెడఁ బాంచాలీరక్షకుండైనరాక్షసుండతని డొల్లవ్రేసిన.

క. కీచకుఁడు వ్రేటువడి తన
నీచపుదెస యొరు లెఱుంగ × నేరక యుండన్
లేచి వెనుకఁ జని విస్మయ
గోచరుఁడై యసురకతనఁ × గుంఠితుఁ డగుచున్. 130

వ. ఒడుపు దప్పిన మహానాగంబునుంబోలె నిట్టూర్పు నిగుడ నిట్టలంబగుకోపంబు పెల్లున మల్లడిగొను చుండె నయ్యవసరంబున. 131

క. తానును నన్నయు నయ్యా
స్థానమ్మున నుండి పవన × తనయుఁ డసహ్యాం
బైన మనోవల్లభ యవ
మానము నాసింహబలుని × మదజృంభణమున్. 132

---

1. క. ద్రోఁచె.

[illegible]
ణర్ధమూర్తియై. 133

సీ. నేలయు నింగియుఁ ఽ దాళముల్ గాఁజేసి
యేపున రేఁగి వా ఽ యించి యాడఁ
గులపర్వతంబులు ఽ గూల్చి యొండొంటితోఁ
దాఁకంగ వీఁకమైఁ ఽ దన్ని యాడ
నేడుసాగరములు ఽ నిక్కడక్కడఁ బెట్టి
పలుచనిరొంపి మై ఽ నలఁదికొనఁగ
దిక్కులు నాలుగు ఽ నొక్కచోటికిఁ దెచ్చి
పిసికి పిండలి సేసి ఽ 2పిడుచగొనఁగ

తే. మిగిలి బ్రహ్మాండభాండంబు పగుల వ్రేయ
నప్పళించుచుఁ బ్రళయకా ఽ 3లానలమున
గండరించినరూపంబు ఽ కరణి భీముఁ
డతిభయంకరాకారత ఽ నతిశయిల్లె. 134

వ. ఇట్లు పేర్చిన కోపాటోపంబున నవిచారితసమయవర్త నుం డయి వృకోదరుండు కీచకుని గీటడంగింపఁ జూచి తత్సంబంధ బద్ధుండును నాజ్ఞాపరిపాలకుండును గావున మత్స్యపతిఁ దనయలుకలోనివానిఁగాఁ దలంచుచు నచ్చో

---

1. గ. ప్రగర్భ. 2 జ. పిడిచికొనఁగ. 3. ఘ. లానలంబు, గండడంచిన; లాలనంబు, గండెసంగిన.

ల్ప ప్రీతి సంధించుచుఁ । విలసచ్ఛాయ నుపాశ్రితప్రతతి
క్షిఁ [1] విశ్రాంతి గావింపఁగాఁ । గలయీభూజము వంట
కట్టియలకై [2] ఖండింపఁగా నేటికిన్. 136

తే. అని నిగూఢభాషణముల ♦ నయ్యజాత
శత్రుఁ డనిలజు కోపర ♦ సంబు పేర్మి
చెఱిచె నయ్యన్నదమ్ముల ♦ చేష్టితములు
దెల్లముగ నప్డు సూచుచు ♦ నల్ల లేచి. 137

సీ. ఎలదీఁగఁ గప్పిన ♦ లలితపరాగంబు
క్రియ మేన మేదినీ ♦ రేణు వొప్పఁ
జంపకంబున నవ ♦ సౌరభం బెసగెడు
కరణి నాసిక వేఁడి ♦ గాడ్పు నిగుడఁ
దోయజదళముల ♦ తుది మంచు దొరఁగెడు
గతిఁ గన్నుఁగవ నశ్రు ♦ కణము లురుల
నిందుబింబము మీఁది ♦ కందుచందంబునఁ
గురులు నెమ్మొగమున ♦ నెరసియుండ

తే. సర్వజనవంద్య యైన పాం ♦ చాలి సింహ
బలునిచే నివ్విధంబున ♦ భంగపాటు

---

1. గ. చ. దనయూకారంబున 2. క. గ. ఘ. దొండెడ.

[illegible]
మాడ్కి రా । క్షం బగుచూడ్కి [1]నాద్రుపదు ♦ కన్నియ
సూచి సభాజనప్రతా । నంబును మత్స్యనాథుఁడు వి ♦
నంగ నెలుంగు [2]చలింప నిట్లనున్. 139

సీ. నిఖిలధర్మాధర్మ ♦ నిపుణంబు లైన శు
ద్ధాంతరంగంబుల ♦ నతిశయిల్లి
శిష్టసంరక్షణ ♦ దుష్టనిగ్రహముల
నీతి వాటింపంగ ♦ నేర్పు గలిగి
సకలశస్త్రాస్త్రసం ♦ చయములఁ బరమాభ్య
తంబు సేయుపరిశ్ర ♦ మంబు దాల్చి
దుర్దమప్రతిభట ♦ మర్దన క్రీడనైఁ
జతురులు నా నెందు ♦ నుతికి నెక్కి

తే. యున్నగంధర్వు లేవురు ♦ నన్ను నిట్టు
లొకఁడు పలుపంగ నూరక ♦ యునికి సూడ
నచ్చెరువుగాదె యెవ్వరికి యాంద్రురి కఁ
బరిభవంబునఁ బొందక [3]బ్రదుకువారు. 140

క. ఈనరపతి యాస్థానము
లో నొక్కరుఁడైన ధర్మకేలోపతిభయమునం

1. నాదుపదకన్యక. 2. క, గ. సలింప 3. ఘ. భయంబుం.

[illegible]
గొందఱ కైన నిప్డు కృప ♦ కుందఱిగాదట యేమిసెప్పుమా.

ఉ. ఐనను మత్స్యదేశమున ♦ యాజ్ఞ కితం డొడయుండు గాన నా
కీనరనాథు దూఱఁ దగు ♦ నెయ్యదియేని నధర్మ మెవ్వ రెం
దైన నొనర్చినం బ్రభువు ♦ లారసి దండన మాచరింతు రి
చ్చో ననుఁ దన్నఁ గీచకునిఁ ♦ జూచియు నూరక యునికి
పాడియే. 143

చ. అనుడు విరాటుఁ డుల్లమున ♦ నక్కటికం బొలయంగ
నంగనంగనుఁగొని కీచకుం గినియఁ ♦ గాఁ దగుసత్త్వము
లేమిఁ జేసి సాంత్వనములు వల్కి రోషభరి ♦ తస్థితిఁ గంపిత
మూర్తియైన యాతనిమది[1]కుందువాపిన ♦ నతండును బోయె
నివాసభూమికిన్. 144

వ. అట్టియవసరంబున. 145

సీ. శుభలక్షణాంగి యీ ♦ సుందరి సైరంధ్రి
యగు నెట్లొకో యని ♦ వగచువారు
నిమ్మేని కక్కట ♦ యిట్టిది సేసెనే
మాయదైవంబని ♦ మఱుఁగువారు

1. ఖ. కందు

ఆ. నగుచు సభ[illegible] లందఱు ♦ నంత నంత
నల్లనల్లన గుజగుజ ♦ లాడు చుండి
[2]ఝల్లముల నిండి స్వేదంబు ♦ వెల్లివిరిసె
నాఁగ మోముల విన్నఁద♦నంబు గదుర. 146

ఉ. అప్పుడు ధర్మసూతి హృద♦యంబు కలంగ లలాటభాగముం
గప్పఁగఘర్మవారి యధి♦కంబగురోషమునొంది యుండియుం
దప్పఁగఁ ద్రోచికొంచుఁ దన♦ధైర్యముపెంపున నిర్వికారుఁడై
యెప్పుడుఁ దాను బల్కు నెలుఁ ♦ గేర్పడ ద్రౌపదితోడ
నిట్లనున్. 147

సీ. జననాయకుండు నీ♦సభవారు నీదగు
తెఱఁ గెల్ల నెఱిఁగిరి ♦ తెఱవ యింక
మానక యీపలు♦మాట లాడఁగ నేల
చనుము నీవు సుదేష్ణ♦సదనమునకు
నీపరాభవమునఁ ♦గోపింప నేరరే
గంధర్వులకుఁ దఱి ♦ గాదుగాక
సమయ మెయ్యదియేనిఁ ♦ దమకును నీకును
మును గల్గినట్లైనఁ ♦ గినియరిచట

---

1. జ. పలుకువాడు. 2. క. ఉల్లములనుండి.

సైరంధ్రి యచ్చోటు గదలక నిలిచి యెద్దియేనియుం బలు
కందలంచినం జూచి యతండు మఱియు నిట్లనియె. 149

క. పలుపోకలఁ బోవుచు వి
చ్చలవిడి నాట్యంబు సూపు ♦ చాడ్పున నిచటం
గులసతుల గఱువచందము
దొలఁగఁగ నిట్లునికి దగునె ♦ తోయజవదనా. 150

వ. అనిన విని పాంచాలి సాభిప్రాయంబుగా సతని కిట్లనియె. 151

ఆ. నాదువల్లభుండు ♦ నటుఁ డింత నిక్కంబు
పెద్దవారియట్లు ♦ పిన్నవారుఁ
గానఁ బతులవిధము కాక యే శైలూషిఁ
గాననంగ రాదు ♦ కంకభట్ట. 152

వ. అట్లగుటం జేసి నాకు నాట్యంబును బరిచితంబ మత్పతి శైలూషుండ కాఁడు కితవుండునుం గావున జూదరియాలికి గఱువతనం బెక్కుడియది యనుచునచ్చోటు వాసి తన చిత్తంబున. 153

ఉ. నన్నిటు లాదురాత్మసద ♦ నంబునకుం జను మన్నజాతకీ
బన్నము లన్నియుం దెలిపి ♦ ప్రైయిడనేయని పోయె
నార్తయై కన్నులబాష్పపూరములు ♦ గ్రమ్మఁగ మోమున దైన్య

...ర్యమున నుమ్మలించు [illegible]
నెలుఁగు వే ఱొక భంగిగా ♦ నిట్టు లనియె. 155

సీ. ధరణీపరాగంబు ♦ వారసి ధూసరిత మై
చేడియ నీమేను ♦ చెన్నుఁదఱిఁగెఁ
జిత్రంబు తలపోఁత ♦ చే వాడు పొదవిన
చెలువ నీ నెమ్మోము ♦ చిన్నఁబోయెఁ
బ్రస్వేదమునఁ దోఁగి ♦ ఫాలంబుతో నంటి
యుగ్మలి నీ కురు ♦ లొప్పు గందెఁ
గన్నీరు [1]వజ్జ్రోడ్డి ♦ కాంతి [2]యెంతయుఁ గొన్న
వెలఁది నీకనుఁగవ ♦ విన్ననయ్యె

ఆ. నేది కారణముగ ♦ నెవ్వ రిచ్చోట నీ
కేమి కీ డొనర్చె ♦ రెట్టిపాటి
సాహసికులొ వారిఁ ♦ జంపుదు నొంపుదు
భంగపఱుతు నిడుమ ♦ పఱుతుఁ జెఱుతు.

వ. ఇత్తెఱంగు నాకుం జెప్పు మనిన నీ వెఱింగియు నెఱుంగమి భావించిన నింక నేమని పలుకం గలదాన నైనను విను మని సైరంధ్రి యిట్లనియె. 157

---

1. వజ్జ్రోడి' అనఁగా 'వెల్లువ వజ్జ్రోడి యల్లన వెడలి' (శాం-3. ౩౦౨.)
2. చ. యంతయుఁ.

బల్కి లిం కేటికిన్. 158

వ. అని యేర్పడం బలికిన. 159

ఉ. ఖేదము దక్కు మీక్షణము ♦ కీచకు దండితుఁ జేసి నీకు నా
హ్లాద మొనర్తునే నని న ♦ యంబునఁ గేకయరాజపుత్రి య
త్యాదరవృత్తితో ననున ♦ యంబొనరించిన నయ్యసత్యసం
వాదినిపూన్కి పాండుసుత ♦ వల్లభ యాలము సేసి యిట్ల
నున్. 160

క. నీవింత యలుగ నేటికి
నావంతయుఁ బౌరజనము ♦ నగఖేదము నో
కావంత ద్రిక్కు కుండఁగ
లావంతులు మత్సుతులుగ ♦ లఘు పగ దీర్పన్. 161

క. అనిన సుదేష్ణయుఁ దత్పరి
జనములు వెఱఁబొంది యెన్ని ♦ సాంత్వనములు సె
ప్పినఁ దేఱద మజ్జనభో
జనములకుం జొరద ద్రుపద ♦ సంభవ యెట్లున్. 162

వ. అట్టియెడ సుదేష్ణ సేయునదిలేక నివ్వెఱఁగంది యుండెఁ దక్కటియంగనలును గీచకుని నీచత్వంబు తలంచి

క. ప్రబలుం డితఁడు [illegible]
హాబలుం డాతని జయింప ♦ ననిలతనయు బా
హుబలంబ చూడఁదగు దై
వబలంబును నాతనికి న♦ వశ్యముఁ గల్గున్. 164

—♦ ద్రౌపది భీమసేనునితోఁ దనభంగపాటు చెప్పి పరితపించుట. ♦—

వ. ఇట్లూహించి రాత్రిసమయం బగుటయు సమస్తజనంబులుఁ క్రమంబున నిద్రింపం దొడంగినం దానును శయ్యాతలంబు

---

* "వానిచేతున కొడంబడిరనిన విని జనమేజయుండు వైశంపాయనున కిట్లనియె నయ్యాకీచకుం డేవంశంబునవాఁ డెవ్వం డనిన నమ్మునివరుం డాజనపతి కిట్లనిచెప్పె బ్రాహ్మణియందు క్షత్రియునివలనం బుట్టినవాఁడు సూతుం డనం బరఁగుఁ బ్రతిలోమజాతులలోనన ద్విజుం డనం బరఁగి క్షత్త్రియునికంటె నించుక తక్కువయు వైశ్యునికంటె నధికుండు నై ప్రాతిలోమ్యంబున రాజసవెబంధాగ్రుండగునట్టి సూతుని వంశంబున సూతవిషయాధీశుండును రాజన్యాసముద్భూతుండును నగు కీచకుం డనువాఁడు గలఁడు వానికి మాళవియందు నూటయాద్వురు కీచకులు పుట్టి రందగ్రజుండు బలవంతుండై యుండి కేకయరాజపుత్త్రి యగు తమతల్లి చెలియలికూఁతురైన సుదేష్ణకు బరిచరించుచు విరాటనగరంబున నుండు వానితమ్ములు నూటయేవురును వానిన యనుసరించి యుండుదు రని యిట్లు సూతవంశప్రకారం బెఱింగించి యిట్లనియె నంతం బరిభవానలసంతప్త" అని యొకపాఠం బొక మాతృకగ్రంథమునఁ జేర్పఁబడి యున్నది.

[illegible]
భీమసేన మీా । యన్న పరాక్రమంబు వల ♦ దన్ననోకో
దయ మాలి తక్కటా. 166

వ. అనుచు మందమందసంభాషణంబుల సంబోధించుపాంచాలి పాణిస్పర్శంబున మేలుకని యిది యెవ్వరనవుడు నే ననున మ్మానిని యెలుం గెఱింగి భీమసేనుండు యాజ్ఞసేని కీచకు దురాచరణంబు నాకుఁ బ్రకటించి వాని నిర్జింపని యోగించు నదియై యరుగుదెంచెం గావలయు నత్తెఱం గిత్తెఱవ దాన చెప్ప విందు నని తలంచి. 167

తే. ఇంతప్రొద్దేల యిచ్చోటి ♦ కేఁగుదేరఁ
గారణం బేమి యెవ్వరుఁ ♦ గానకుండ
నట్లుగాఁ జనుదెంచితె ♦ యంబుజాక్షి
యనన నయ్యింతి యిట్లను ♦ నతనితోడ. 168

చ. ఎఱిఁగి యెఱింగి నన్నడుగ ♦ నేమిటి కిప్పు డెఱింగి యింతకు
న్మఱచుట గల్గెనే నది వి ♦ నం బని లేదటు గాక యున్నరా
పెఱిఁగియు నేన చెప్ప విన ♦ నిష్టముగల్గుట చాల లెస్సయ
త్తెఱఁ గెఱిఁగించెదన్ ♦ వినుము తెల్లముగా మొదలింట
నుండియున్. 169

నం గడు నేవము పుట్టి యయ్యెడన్. 170

క. విడియం బలుకఁగ వెండియు
నుడుగక కీచకుఁడు మన్మ ♦ థోన్మాదము ద
న్నడరిన నన్నడుగఁటకుం
దొడరినఁ గోపించి వాని ♦ నిట్లంటిన్. 171

శా. దుర్వారోద్యమ బాహువిక్రమరసా ♦ స్తోక ప్రతాపస్ఫుర
ద్గర్వాంధ ప్రతివీరనిర్మథన వి ♦ ద్యాపారగుల్ మత్పతు
ల్గీర్వాణాకృతు లేవు రిష్టునిను దో ♦ ర్లీలన్ వెసన్ గిట్టి గం
ధర్వుల్ మాసముఁ బ్రాణముంగొనుట త ♦ థ్యం బెమ్మె
యిం గీచకా. 172

వ. అనిన విని వాఁడు గొన్ని ప్రల్లదంబులు వలికిన నేనును
దత్కాలోచితవచనంబులం ద్రోచిపుచ్చినం బోయెఁ బదం
పడి పాపాత్మయైన సుదేష్ణ దనకు మదిరారసంబు దేరం
గీచక నివాసంబునకు నన్నుం బనిచినం బోవుట కొడంబడక
యెన్ని సెప్పిన నన్నింటికి నన్ని సెప్పి నిర్బంధించినం బెద్ద
పెనంగ నోల్లక నామనంబున నన్నివ్వానికి నేమి సేయవచ్చు
నని మీలావు నచ్చి సూతునింటికి సురకుం బోయిన. 173

---

1. యెన్నియుఁ.

గోపముడరంగ 1వెనుకొని ♦ కూడముట్టి
నట యెఱుంగుదు నీవు మీ ♦ యన్న పెద్ద
తనముఁ జూచితి నేమందు ♦ ననిలతనయ. 175

ఉ. మీసుభటత్వముల్ బలము ♦ మిన్నక పోవఁగ దుస్ససేనుఁడ
ట్లా సభలోన నన్ బఱిచె ♦ నంతియ కాక జయద్రథుండు
సం । త్రాసభరంబు లేకనుచితంబొనరించినఁ జెల్లిపోయె నేఁ
డీసభికుల్ గనుంగొనఁగ ♦ నిట్లయితిన్ నగనాకు వింతయే.

ఆ. అకట యాఁడుఁగూయి ♦ నాలకూయును లాఁతి
వారికైన నరయ ♦ వలయు ననిన
నన్నుఁ గీచకుండు ♦ దన్నంగ నెట్టులు
సూడనేర్చె ధర్మ ♦ సూనుఁ డపుడు. 177

వ. అనిన విని యతం డి ట్లనియె. 178

ఉ. కీచకుఁ డట్లు మీఁదు పరి ♦ కింపక నన్నుఁ బరాభవింపఁగాఁ
జూచి మహోగ్రకోపవివ♦శుం డగు నన్నును జూచి ధైర్య
హే । మాచలుఁ డైన ధర్మసుతుఁ ♦ డమ్మెయి వారణ
సేయ కున్న నే । నీచత వాని మత్స్యవిభు ♦ నిం బరివా
రము నుగ్గుసేసినన్. 179

---

1. గ. వెనుకొని.

నుం దెచ్చిన యాపదగా
నిందింపరె యెల్లవారు ♦ నీరజవదనా. 181

వ. కావున సత్యవ్రత[2]నిష్ఠుం డగు యుధిష్ఠిరుండు పొగడ్తకుం దగువాఁడుగాని దూఱుపడ నర్హుండు గాఁ డని వెండియు ని ట్లనియె. 182

క. పరిభవకరుఁ డగుకీచకుఁ
బరిమార్చుట [3]యిపుడు గడవఁ ♦ బడియెను ఇమ్మై
దురపిల్ల నేల ప్రేల్మిడిఁ
బోరిగొని నీ మనము కలఁక ♦ పుత్తు లతాంగీ. 183

వ. మనల నెవ్వరు నెఱుఁగ కుండునట్టి తెఱంగు తలపోయ వలయుఁ గాక పగతుని భంజించుట యెంతటిపని యనిన విని యమ్మానిని ఇ ట్లనియె. 184

క. గొంతికి నంత వెఱవ మీ
కంత నెఱవ దైవమునకు ♦ నంత వెఱవ న
త్యంతకలుషాత్మ విరటుని
కొంతకు నే వెఱతుఁ బనులు ♦ గావించు నెడన్. 185

---

1. చ. జ. సమయంబున. 2. ఖ. గరిష్ఠుండగు. 3. క. కిపుడు.

— ద్రౌపది భీమునితో ధర్మరాజు మహిమ చెప్పుట —

వ. ఇట్టిద కాని సమస్తజనస్తవనీయుం డగుపాండవాగ్రజ
నిక్కంబ నిందించిన దానఁ గా నని పలికి మఱియును. 187

క. ధర్మతనూభవు సంతత
ధర్మనిరతి మనము బ్రదుకఁ ♦ దలఁచుట యరుదే
నిర్మలుఁ డగు నాతని స
త్కర్మంబునఁ గాదె బ్రతుకు ♦ ధాత్రికి నెల్లన్. 188

సీ. చనునె వేఱొకని క ♦ జాతశత్రుం డను
పేర దిగ్విజయంబు ♦ పెంపు దాల్ప
రాజసూయమహాధ్వ ♦ రము గోరి చేయంగఁ
దీక్షనే పెఱధరి ♦ త్రీపతులకు
ధర్మైకనిరతుఁ డౌ ♦ తం డొక్కరుఁడె చూవె
యనఁ జన నొరులకు ♦ నలవియగునె
నిత్యవ్రతంబుగా ♦ సత్యంబు [2]పాటింప
వచ్చునె యొరుల కె ♦ వ్వరికి నైన

తే. నయ్యుధిష్ఠిరు గాంభీర్య ♦ మతనిధైర్య
మరయ నొండెడఁ గలుగునె ♦ యతఁడు కీర్తి

---

1. గ. గీడ్మడు. 2 క. పాలింప.

కొలఁది మనకుఁ గొంతి పెద్ద ♦ కొడుకున కమరుఁ.190

సీ. ఎవ్వనివాకిట ♦ నిభమదపంకంబు
రాజభూషణరజో ♦ రాజి నడఁగు
ఎవ్వనిచారిత్ర ♦ మెల్లలోకములకు
నొజ్జయై వినయంబు ♦ నొఱపు గఱపు
నెవ్వనికడకంట ♦ నివ్వటిల్లెడు చూడ్కి
మానితసంపద ♦ లీను చుండు
నెవ్వని గుణలత ♦ లేడు వారాసుల
కడపటి కొండపైఁ ♦ గలయఁ బ్రాఁకు

తే. నతఁడు భూరిప్రతాప మ ♦ హాప్రదీప
దూరవిఘటిత గర్వాంధ ♦ కార వైరి
వీరకోటీరమణిఘృణి ♦ వేష్టితాంఘ్రి
తలుఁడు కేవలమర్త్యుఁడె ♦ ధర్మసుతుఁడు. 191

ఉ. అట్టిమహాత్ముఁ డొక్కనికి ♦ నాశ్రితుఁడై వెడగూడుఁ
జీరయుం । బెట్టఁగనిల్చి వాని మది ♦ ప్రీతికి నీడగు వృత్తిఁ
బేరునుం । బుట్టుచు మాలి యిప్పు డిటు ♦ బ్రుంగుడు
పాటునఁ బొందఁ జూచి నా । కెట్టు మనంబు పట్టు ధృతి ♦
యెమ్మెయిఁ దూలక నిల్పుఁ జెప్పుమా. 192

నా జరాసంధు నుగ్రద ♦ ర్పాతిశయము
లోకభీకరములు విజ ♦ యాకరములు
నైన నీకరములకు లో ♦ నయ్యెఁగాదె. 194

ఆ. అట్టి నీవు వంట ♦ కట్టియలకు లావు
సూపు చుండ నెపుడుఁ ♦ జూచి చూచి
వగతు నదియుఁ గాక ♦ తగ వేది యమ్మత్స్య
మేదినీశ్వరుఁడు వి ♦ నోదమునకు. 195

మ. మహిషవ్యాఘ్రగజాది సత్త్వచయముల్ ♦ మల్లవ్రజంబుం
గృపా । రహితుండై యెదు రొడ్డుచున్ వరుసఁ బో ♦ రం
జూచు నిన్నెప్పుడున్ । మహనీయం బగు నీశరీరము జగ ♦
న్మాన్యంబు నీచక్రియా । విహితం బైనకుజీవనంబు విధి
గా ♦ వించెం గటా దీనికిన్. 196

వ. అని మఱియు నిట్లనియె వివేకహీనుం డగువిరాటుండు
నిన్నుం బోరించునప్పుడు నిజాంతఃపుర కాంతలకు వినో
దంబు సేయ వారల రావించిన నేనును సుదేష్ణతో నరుగు
దెంచి చూచు చుండుదు నయ్యవసరంబున. 197

క. భరమున నీపోరెడు నెడఁ
బరమవిషాదంబు నీవు ♦ బలిమి మెఱసి యు

డుక్కలతెఱఁ గెడపొందఁ దెలిపి ♦ దుం గంటర పి
రలు వచ్చినసమయంబును
దలఁపఁగ నొక్కటియ యివ్వి ♦ ధం బెట్లొక్కో. 200

వ. అనుచుం గలదు లేదని పెక్కువిధంబులం దలపోసి గుజగు
జలుః వోవు చుండుదురట్టియెడ. 201

తే. మరగి నీమూర్తిపైఁగన్ను ♦ మనముఁదగిలి
యుండ నేమఱియుండి యొ ♦ క్కొక్కమాటుః
దలఁచికొని వారిదెస మది ♦ నిలుపునప్పు
డెఱుఁగనగు వారు నాతెఱఁ ♦ గెఱుఁగుటెల్ల. 202

వ. కావునమదీయపరిభవాతిరేకంబునకు నీవుద్రేకించినజనంబులు
మనల భేదింతురు నీకుం బోలినభంగి రహస్యభంగంబు
గాకుండ నరిభంగంబుసేయు మని వెండియు. 203

సీ. తొడరిన హరు నైన ♦ దోర్బలంబునఁ దన్ను
మిగులంగ నీఁ డను ♦ మేటిమాట
యమరేంద్రు నర్ధాస ♦ నమునకు నైన న
ష్టాఁడొంతయును నను ♦ రూఢిమాట
జమునిల్లు సొచ్చిన ♦ జంతువునైనను
గాచు నెమ్మొయి నను ♦ రాచమాట

యొందుఁగలుగునె యర్జును ♦ నీసువాఁడు. 204

క. ఆపార్థుఁడు భరతాన్వయ
దీపకుఁ డమరేంద్రసుతుఁడు ♦ తేజోనిధి వి
ద్యాపారగుండు వినుత
వ్యాపారుం డాపదలకు ♦ నగ్గం బయ్యెన్. 205

చ. అరయ నతండు మానఘనుఁ ♦ డక్కట రంగమునందు నిల్చి
సుం | దరులకు నాట సూపెడు వి ♦ ధం బతిదీనము దానిఁ
జూచి యేఁ | బురపురఁ బొక్కుదుం గడుపుఁ ♦ బ్రోచికొనన్
లఘువృత్తి కిమ్మెయిం | జొరసగువాఁడె దేవపతి ♦ సూనుఁడు
దైవముచేఁత సూచితే. 206

చ. మగలకు మేటియైన బల ♦ మర్దననందనుఁ బేడిఁ జేయఁగాఁ
దగునె విధాత నీకు నని ♦ దైవము సు ఱుదు నోర్వరాని వె
వ్వగ దలకొన్న నెంతయును ♦ వందుదు నిద్దురవస్థ యెన్నఁడో
తెగుటని సంతతంబును మ ♦ దిం దలపోయుదు నేమి
సేయుదున్. 207

సీ. [2]తనయొప్పిదురఁగన్నఁ ♦ దగిలి యెవ్వరికైన
మలఁగి క్రమ్మఱఁజూడ ♦ వలయువాఁడు

---

1. జ. శౌచములను. 2. గ. తనయొప్పిదముఁ గన్న.

పులకైనఁ దలయూఁప ♦ వలయువాఁడు

తే. నకులుఁ డొరులకు నశ్వశి ♦ క్షకుఁడుగాఁగ
నగునె యాతని దుస్థితి ♦ యనుదినంబుఁ
గాంచి [1]కన్నీరు డించుచుఁ ♦ గడవ రాని
దైవఘటనకు [2]నోర్తుఁ జి ♦ త్తంబులోన.

శా. ఆహాసం బవికార మాభుజబలం ♦ బత్యంతనిర్గర్వ మా
శౌరత్వంబు దయారసానుగత మా ♦ శుంభత్ప్రియాజ్ఞాన మా
ర్యారంభప్రతికూల వాదరహితం ♦ బాయిగాగి సమ్మానవి
స్తారోదాత్తము మాద్రిపిన్నకొడుకే ♦ తన్మాత్రుఁ డేమాడఁగన్.

క. సుకుమారుఁ డతఁడు గోపా
లకవృత్తి వహించి యడవు ♦ లం గ్రుమ్మరు చు
న్నిఁక కి నాక కాదు పగవా
రికైనను నకట మనము ♦ రియఁడే వగలన్. 210

ఉ. ఏనును మీరుఁ గానలకు ♦ నేఁగునెడన్ ననుఁ జేరి
యెంతయున్ । దీనత దోఁపఁ గుంతి సహ ♦ దేవుని నిల్లడ
[3]వెట్టి నాకు న । మ్మా నిను నమ్మి చాల విష ♦ మం

---

1. ఖ. గ. కన్నీరడంచుచు. 2. గ. నోర్తు. 3. వెట్టె.

ముందర । య్యేడ నొకపా ఁటుఱుంగఁ డది ♦ యాతియుఁ
గోమల మెప్పుడైన నేఁ । గుఱువఁగఁ బిల్లుఁ గాని తన ♦
కుం గల యాఁకటిప్రొద్దెఱుంగఁ డీ । 1కొడు కటు వోకఱుఁ
మనము ♦ గుందెడు ఇఱ గని యూఱడిల్లెడున్. 213

తే. ఎప్పుడెయ్యెడ నేమిట ♦ నెట్టు లరయ
వలసె నమ్మెయి నారయు ♦ మలసి డస్సి
నొచ్చియైనను నేమఱ ♦ కిచ్చఁ దలఁచి
2తడమి నాచేత దీవన ♦ వడయుమమ్మ. 214

వ. అని యప్పగించె నేనును వనవాసకాలంబున నానేర్చు విధంబున మీకు నెల్లను 3గారామైన తమ్ముని నమ్మెయిం బరికించికొని వచ్చితి నిపుడజ్ఞాతవాసాయాసితుండగు నతని నాకు ననుసరింప వెరవు గామింజేసి చేయున్నది లేక చింతిల్లుచున్నదాన నాతెఱంగు వినుము. 215

సీ. ద్రుపదభూవిభుఁడు పు ♦ త్రులకంటె నెంతయుఁ
బెంపుసేయుచు గార ♦ వింపఁ బెరిఁగి
కుంతిమహాదేవి ♦ కోడండ్రలోపల
నగ్గలంబునఁ గొని ♦ యాడఁ బరఁగి

1. కొడుకనిపోవకఱుఁ. 2. క. తెడవి. 3. చ. గారాబమైన.

నట్టికొడుకుఁ గని భర ♦ తాన్వయంబు
నందు నాయిల్లు యిల్లుగా ♦ నతిశయిల్లి
తగవుమై బాంధవులచేతఁ ♦ బొగడువడసి. 216

మ. వినుతింపం దగు రాజసూయమునఁ బృ ♦ థ్వీదేవతాకోటి కె
ల్లను 1సంతృప్తిమెయొనర్చి వారిదయఁ గ ♦ ల్యాణాత్ము నై
పుణ్యాప | ర్తన శాంతనుక్షితిపాలు కోడ లనఁగా ♦ రాజన్య
మాన్యప్రియాం | గనలం దెల్లఁ బొగడ్తగంటి నతిలో ♦
కం బైనమీమన్ననన్. 217

ఉ. ఏను మనంబు పెంపు సెడి ♦ యిప్పుడు నీచతరప్రచారముం
బూని నికృష్టనై యుదర♦పోషణకై తగ వేది యెంతయుఁ
దీనతఁ బొంది యిమ్మెయి సు ♦ దేష్ణఘనుల్ గనుసన్నఁ
జేయుచుఁ | హీనత నున్కి మీకు వగ ♦ పేమియుఁ
జేయడ యేమి సేయుదున్. 218

క. పని పంపఁగాని యొకతకుఁ
బని సేయ నెఱుఁగనన్నుఁ ♦ బనికొను నెడఁ బొం
దుని యగ్రమహిషి గొంకుచుఁ
బని గఱపెడుచందమునన ♦ పనుచు టెఱుఁగవే. 219

1. ఖ. సంప్రీతి.

ఉ. [illegible]

యుం । బన్నగఁ గ్రొత్తలైఁకల ♦ పంబుల గూర్చియు
నాసుదేష్ణకుం । గన్నులసన్నలం బనులు ♦ గైకొని వారక
చేయుచుండుటన్ । ము న్నటు లున్న పాణితల ♦ ...టుల్[1]బలు
గాయులు గాచెఁ జూచి తే. 221

క. అనుచుం దొరఁగెడు నశ్రుల
మునిఁగిన మో మతనివక్ష ♦ మునఁ జేర్చిన న
వ్వనిత యవస్థయ తాల్చుచు
ననిలసుతుం డడలె డెంద ♦ మలమటఁ బొందన్. 222

తే. అట్టియెడఁ దన్నుఁ దాన యూ ♦ రార్చికొనుచు
నంబుజానన నెమ్మొగ ♦ మల్లఁ దుడిచి
యనునయించి తత్కరములు ♦ దన మొగంబుఁ
గదియఁ జేర్చుచు నిట్టూర్పు ♦ గాడ్పు నిగుడ. 223

వ. చింతాక్రాంతుం డైనకౌంతేయునకు నయ్యింతి యి ట్లనియె.

తే. ఇందఱకు నిన్నిభంగుల ♦ నిడుమ గుడువ
వలసె ధర్మతనూభవు ♦ వలనఁ జేసి
దాయ లొడ్డిన మాయజూ ♦ దంపుటురులఁ
బడి కులంబున కాతఁ డి ♦ ప్పాటు దెచ్చె. 225

1. గ. జ. వలిగాయులు.

ఢ

క. మీ రేమి సేయుదురు దై
వారంభము గాక శుభము ♦ నశుభంబును సం
సారులఁ దనతనతఱి నని
వారణఁ బొందంగ మాన్ప ♦ వచ్చునె వానిన్. 227

ఉ. కావున మీర లభ్యుదయ♦గౌరవ మొందుట యాత్మఁ గోరి
యే । నేవిధి నైన నాపదల♦కెల్లను నోర్చెద దాని కేమి
యీ । 3కాపర మైనకీచకుఁడు ♦ కామనిపీడితుఁ డై యలం
తులం । బోవక 4యేచి పట్టుకొనఁ ♦ బోయినఁ 5మూలెదఁ
గాక యిమ్మెయిన్. 228

తే. వానిఁ దెగఁజూడ వై తేని ♦ వాయుపుత్ర
నీవు గనుఁగొన నురి నైన ♦ నీర నైన
నగ్ని నైన విషంబున ♦ నైన నేను
మేను దొఱఁగుదు నెట్టు నీ ♦ యాన సుమ్ము. 229

వ. అనిన వృకోదరుండు చిఱునవ్వు నవ్వుచు ని ట్లనియె. 230

---

1. గ. నొక్కఁడలఁక; చ. నొక్కతనే; జ. నొక్కఁడునా-. 2. క. దుఃఖవార్ధిగడయీఁదుట. 3. క. గ. కావలమైన. 'కావలము' కావరమునకు రూపాంతరము. 4 జ. వేచి. 5. గ. దూలెదఁ.

తే. ఎల్లి యెల్లవిధంబుల ♦ నెందుఁ జొచ్చె
నేని నాధర్మతనయుండు ♦ తాన వచ్చి
యడ్డపడెనేని నీవ పెం ♦ పారుకరుణఁ
గాచి తేని నాచేఁ బడుఁ ♦ గీచకుండు. 232

వ. వానిదెసం జింత యావంత వలన దమ్మాటలు విడువుమని
యూఱడిల్లం బలికి దుర్దశల నలందురు నవ్వేలందికుందు
వాపం దలంచి యి ట్లనియె. 233

సీ. చ్యవనునివాంఛకు ♦ సంయాతినందన
యిడుమలఁ గుడువదె ♦ యడవిలోన
రాఘవుతోడ న ♦ రణ్యావాసము సేసి
సంతాప మందదె ♦ జనకతనయ
కుంభసంభవునకై ♦ ఘోరదుర్గముల లో
పాముద్ర యలజడి ♦ పాలుగాదె
నలునిపిఱుందఁ గా ♦ నల కేఁగి దమయంతి
మనుజులు పడనియు ♦ మ్మలిక పడదె
తే. వారు సైరణసేసి దు ♦ ర్వార మైన
నిరతిశయదుఃఖభారంబు ♦ ని స్తరించి

---

1. ఘ. బరాభవించె వాఁ, డిల మగ లింక.

[illegible]
గోపోద్విగ్నంబును నై వేగిరపడుచున్న యది ధార్తరాష్ట్రు
లకుం గాలావసానం బైనయట్లు సమయకాలావసానం
బయ్యె నజ్ఞాతవాసంబునకుం జొచ్చి పదునొకండు నెలలు
సని పండ్రెండవ నెల వర్తిల్లుచున్నది దీనికొఱంత దివస
మంతయుం దీఱు నూఱడిల్లియుండుము సింహబలుండు నిన్నుం
బరిభవించి మైమైతో నయునికిం జేసి యెల్లియుం జెనక వచ్చు
నీవుం గ్రమంబున నొడంబడుట భావించికొని వానికి నర్తన
శాల సంకేతప్రదేశంబుగాఁ జెప్పి యొంటిమెయిం జనుదేర
నియమింపుము వాఁడువచ్చిన నాసాబగునిం దెగఁ జూచి
నీకుం జూపి నీచిత్తంబు వడసెద నిత్తెఱంగు దప్ప నొండు
విధంబు గర్జంబుగా దిదియ నిశ్చయం బీల్లు చేయువార
మిమ్మాటలవలనం 1దప్పవు గాని వేగుచున్నయది జనులు
మేలుకాంచి మసలం గాంచిరేని వంచన బయలుపడినం
గార్యంబు దప్పుఁ గీచకవధంబునకుం బూనిన నామనో
రథంబు దుదిముట్ట వలయు నిజశయనస్థానంబునకుం బొమ్మని
శయ్యాతలంబు విడిచి యత్తెఱంగు దణిమి కొన్నియడుగు
2లనిచి మరలి మారుతాత్మజుండు కలుషితాత్ముం డగుచు

1. ఖ. దలంపుము వేగు. 2. జ. ల నిలిచి.

—♦ ప్రభాతకాలవర్ణనము ♦—

తే. ప్రమదవనవర పరిభవ ♦ దుఃఖమునకు
నుల్లమున దూరపిల్లుచు ♦ నున్నవరసి
వేఁడినిట్టూరుపోయున ♦ వెడలెఁ గ్రొత్త
తావి మూతులు విచ్చునె ♦ త్తమ్మివిరుల. 236

క. విచ్చెం దిమిరము గాఁపులు
వచ్చె మధుపకులము లబ్జ ♦ వనముల కురులం
జొచ్చె విరులు తమలతికల
నిచ్చె రథాంగములు వంత ♦ యెల్లఁ దొంగలకున్ 237

సీ. పెనఁకువఁ దనిసిన ♦ తనువులొండొంటితోఁ
గీలించి నిద్రించి ♦ మేలుకాంచి
తరుణులుఁ బతులు వా ♦ తాయనంబుల నల్లఁ
1బాలయు వేఁ బాకటి ♦ మలయపవను
నింపారు2చోఁకున ♦ నిగురొత్తు చిత్తంబు
తెలసియొండొరుల పైఁ ♦ బాలయుచూడ్కు
లాదట నుపకర ♦ ణావలి వెడవెడ
యాదరించుట రాఁగ ♦ మడరఁ దొడఁగె

1. క. మలయు. 2. 'చోఁకు' అని చకారాదియే.

[illegible] యున్న పుష్పప్రక ♦ [illegible]
చెన్నుగా నున్న సేసిన ♦ సెజ్జయనఁగ
వేగుటయుఁ జుక్కలన్నియు ♦ విరిసి విశద
భాతిఁ జెలువొందెఁ జూడనం ♦ బరతలంబు. 239

వ. 1తదవసరంబున నల్లనల్లన తెఱపింబుచ్చియవులవులం జను నంధకారంబుదూరంబులయ్యెను లేకునికివలనం గశళ్ళప్పళించి నెరసి విరిసినం బొలుచుకలుకట్టలుం బోసివిత్రలుంబులునుదమపాసినకందువలు రోసియొత్తినమెడలును బచరించిన చూడ్కులు వేట్కలం గ్రందైన డెందంబులుం గలిగి మెలంగుచు నొండొంటి బిట్టుగాంచి మోదపుసమ్మదంబునం బొదలు మేనులు బెరయించి పరమానందంబునం జొక్కుచు జక్కవలు గలసి సొలసి నలిరేఁగి చెలంగుచు రేయింటియాఁకటి వెల్లున 2గొదగొనికమిచి చంచువుల విగిచి త్రుంచి మూనుచు నిక్కడక్కడఁ బఱచినం జిక్కువడియున్నమృణాలశకలంబుల వలన బాలచంద్రశతాభిరామంబులగు శంభుజలమూర్తివిశేషంబులం బోనిసరోవరంబులును జీఁకటి వాసిన ప్రభాతంబును వింతమానిసి మెలంగి ముసుంగువుచ్చినట్లు మేలుకని మొఱకలు వొదలవిదిర్చి కూర్చికొని కలగొనంబలుకు పులుఁగుల

1. క. గ. చ. తదనంతరంబు. 2. చ. సంగదగొని.

రాల్చుచుం బాలయమలయానిలంబునం గ్రాలుమవ్వంపుఁ దీవలఁ గడివోయి తొరఁగినవిరులవలన మీనకేతనపురాతన బాణశాలలంబోనిలతామండపంబులును మొగిడిను [2]జనంబు సంధ్యాంజలిపుట కరణంబుల ననుకరించువిధంబునం దర్శనీయంబు లగు కుముదవనంబులును నేమేనినెపంబున నొండొరుల మేలు కాన్పర మణి రమణీజనంబులనర్మాలాపంబులఁ బెరయు దరహాసంబులకాంతిఁ దెలుపెక్కునట్లు [3]వెలరారు దీపంబులును మునుకడ వచ్చి యెఱుకసేయమికి వాతాయన పవనునిపయిం బుట్టినయలుకవిధంబున వేగుఁబోకట నాకురించు[4]మదంబునఁ గెంపు గమరుట నిద్రలేమి నని శంకింపక యింపునం గదియువిదగ్ధవిటజనంబుల మనంబులం దిగుడు లలనా[5]లోచనంబులును శేపకడ వనలక్ష్మీపురశ్రీ నలంకరించువడువున [6]నెడపడక యెల్లెడల నిగుడు విభాతకుసుమకదంబపరిమళంబును నైయున్నంత. 240

---

1. గ.జ. పెరసి. 2. జగంబు...పుటకరంబుల. 3. క. వెలువవాఱు. 4. క. గ. జ. "తమందంబు" అని పెక్కెడలఁ గానిపించుచున్నది. 5. క. చ. లోకంబులును. 6. ఖ. గ. నెడపక.

[1]క్కొటిగాఁగఁ గరఁగిన ♦ గుటికయనఁగ
ద [2]త్రయ ♦ లతికాచ యముపెను
పొందఁబుట్టెడుమూల ♦ కందమనఁగ

ముల [3]కన్దైఅ ♦ యగుచు జనస
పుటహృదయస ♦ రోజములకు
ంబును జృంభణం ♦ బును నొనర్చి
ంబంబు పూర్వాద్రి పై ♦ వెలింగె. 242

దయ మగుటయు సమయసముచిత కరణీ
వేగిరంబ నడపి వేగిరపాటుతో సింగారంబు సేసి
బలుండు. 241

గదిరిన తమకం
డిముడి పడుచు ద్రుపద ♦ పుత్రికపై నూ
క్క దిగువ [4]నొకటియుఁ
ిన వినలేక మదన ♦ కంపితుఁడగుచున్. 243

ం సుదేష్ణమందిరంబున కరుగుచు నంతరంగంబున

చ. నొక్కటఁ గరంగినయట్టిగట్టియనఁగ. 2. గ. త్రయూ
ప్తైఅ. 4. గ. నొంటిం.

సాయకు పూనికి నేఁడ తీర్చెదన్. 245

క. అని యువ్విళ్లూరుచు వెసఁ
జని కేకయరాజపుత్త్రి ♦ సదనంబున న
య్యనిమిషచారువిలోచన
యనురూపవిధాననిరత ♦ యై యుండంగన్. 246

చ. కనుఁగొని యప్డు గ్రొత్తయగు ♦ కౌతుకవృత్తి మునింగి పల్లటి
ల్లిన ధృతితోఁ గ్రమం బరయ ♦ లేనిమనంబు చలింపనచ్చ
టన్ | జను[1] లెడయాట గాంచు నెఱి ♦ సాలక గ్రక్కున
నింతిఁ జేరఁగాఁ | జనిమె [2]విధాతృ లుబ్ధకవ ♦ శంబునఁ
బోవు మృగంబుచాడ్పునన్. 247

క. చనుటయు ద్రౌపది యతనిం
గనియుం గాననివిధంబు ♦ గైకొని చిత్తం
బున బెదరక తనముందటి
పనివెరవున నుండె భీము ♦ పలుకులయూఁతన్. 248

వ. అట్టియెడ. 249

---

1. చ. లెడయాట. 2. విధాతృలుబ్ధకవశంబున మృగంబు పోవుట యసంభవమే. కాని ప్రతులందెల్లఁ బాఠమిట్లే యున్నది. "వశంబున ముగ్ధ మృగంబు చాడ్పునన్" అని యొకరు దిద్దినది సరసముగానున్నది.

[illegible]

మలఁగి రిత్తకురిత్త ♦ సెలఁగ నవ్వఁ
దాళంబుగాఁ గర ♦ తలమునఁ బెలుచఁ గం
బంబు వ్రేయుచు వెడ ♦ పాట వాడు

తే. మలయు నంతంతఁ జేరవఁ ♦ బొలయు నింతి
దన్నుఁ జూడమి కెంతయుఁ ♦ దల్లడిల్లు
నిక్కడక్కడఁ బడుఁ దగు ♦ లినుమడింపఁ
జూచు నత్తన్విఁ బోరిఁబోరిఁ ♦ గీచకుండు. 250

వ. ఇట్లు బహుప్రకారంబు లగుదుర్విలాసంబులు సేయుచు
నద్దురాత్ముండు ద్రుపద నందన డాయం బోయి. 251

ఉ. భాగ్యము గాదె నీచరణ ♦ పద్మము లెప్పుడుఁ జేరి కొల్వఁగా
యోగ్యత గల్గెనేని నను ♦ నొక్కని నొల్లవొ కామ
సౌఖ్య వై। రాగ్యము నీమనంబునఁ ది ♦ రంబొ నిజం
బెఱుఁగంగఁ జెప్పు సా। భాగ్యము గుందునే మగల ♦ పై
నొకయించుక చూడ్కి నిల్పినన్. 252

ఉ. ఆలము సేసి నాతగుల ♦ మాఱడిఁ బుచ్చఁగ నేల బేల న
న్నేలి యనంతభోగముల ♦ నిచ్చమెయిన్ విహరింపు నిత్యల
క్ష్మీలతికాలవాల మగు ♦ జీవన మంతయు నీమొగంబ కాఁ
బాలనసేయు మిప్పరము ♦ భామిను లెల్లను నిన్నుఁ గొల్వఁగ

వ. కావున.

క. నీ వొకత వేల యిలఁ బడి
వేపుర నే వలచి పట్ట ♦ వెదకిన నడ్డం
బై వచ్చి వలదు నా నిం
1దేవాఁడు మగండు దీని ♦ నెఱుఁగవ కంటే. 256

చ. విరటుఁడు సూచు చుండ నిను ♦ వేపురముందట నట్లు
ద్రోవ నొ । క్కరుఁడును గాదు గూడ దనఁ ♦ గల్గెనె పో
టరు లైనభర్త లే । వురు గల రంటి వారియుల ♦ వుం జె
లయుం గడగంటి నింక నె । వ్వరు గల రెట్లు దప్పె దని ♦
వారణఁ బట్టెద నెందుఁ జొచ్చినన్. 257

వ. అనిన నవ్వేలంది వీఁడు దమకించి యున్నవాఁడు నాయం
త్రించుమాటలకు మున్న కదియంబడినఁ గర్జంబు దప్పునని
విచారించి. 258

తే. బహువిధంబుల నమ్మోయిఁ ♦ బలుకునతని
పలుకు లేర్పడ విని మెత్తఁ ♦ బడినయట్లు
సుభగ మెఱువడిచూపుగాఁ ♦ జూచి తనదు
హృదయ మెఱిఁగించు తెఱఁగున ♦ నిట్టులనియె. 259

1. క. దేవాఁడిమగండు.

క. మగ లడఁకువ [4]నుండక తమ
తగులము ఘాటింతు రెట్టి ♦ తగులం బైనన్
మగువల [5]యెడలన యడఁగుం
దగవు విడిచి యడిచిపడరు ♦ ధైర్యము పేర్మిన్. 261

ఆ. ఇట్టు లగుట యెఱిఁగి ♦ యెల్లభంగుల రహ
స్యంబు గోలుపోని ♦ యట్లు గాఁగ
నడరునీదుకోర్కి ♦ కనురూప మెట్టిది
యట్టిభోగభంగి ♦ ననుభవింపు. 262

చ. అనవుడుఁ గీచకుండు హృద ♦ యంబునఁ బొంగి లతాంగి
తోడ ని । ట్లను ధృతిఁ గోలుపుచ్చెఁ గుసు ♦ మాయుధుఁ
డేటివిచార మిట్టు లేఁ । ప నగునె యైన నీ దయిన ♦ పం
పెదఁ గైకొని చేయువాఁడ నే । యనువున నెప్పు డెయ్యెడ
ని ♦ జాభిమతం బొడగూర్తు చెప్పుమా. 263

క. అని పలికినఁ బాంచాలియుఁ
దనయురులం గీచకుండు ♦ దగులుట భావం

---

1. చ. వావిరివై. 2. ఘ బాఁటెడు. 3. గ. జ. గరంగి. 4. జ. నూడక. 5. క. యెడఁదన.

ధిని। వృత్తిము గ[illegible]వాండ్లకు ♦ [illegible]
నాగృహం। బుత్తమ మిత్రిఅంగునకు ♦ నొంటిమెయిం దగ
నీవు వచ్చినన్. 265

క. అనిన నతఁడు వికసిల్లుచు
నను నెమ్మోము నేలికొనిన ♦ నలినానన నీ
యనుమతి సేయనె యొక్కడఁ
జనుదెంచెద నేఁటిరాత్రి ♦ సమ్మదలీలన్. 266

తే. 1ఇదియ నిశ్చయ మిమ్మాట ♦ వదలకుండు
మనిన నీవొక్కరుండవ ♦ యరుగుదేర
వలయు లేకున్న నయ్యెడ ♦ నిలుచుదానఁ
గానుజూ నిక్కవం బని ♦ పూనిపలికి. 267

క. మన మియ్యెడఁ ♦ బెద్దయుఁ బ్రొ
ద్దనుమానము లేక మాట ♦ లాడుట దగదీ
వును బో మ్మేనును నా దగు
పని సేసెద ననియెఁ గమల ♦ 2పత్రేక్షణయున్. 268

---

1. చ. ఇదియ నిశ్చయార్థ ♦ మిమ్మాట వదలక. యుండు మనిన నీవు ♦ నొక్కరుండ, వరుగుదేరవలయు ♦ నటుగాకయున్న నే, నిలుచు దానగాను ♦ నిక్కవంబు. 2. 'పత్త్రాననయుత' అనియే ప్రతులం దెల్లఁ జూపట్టెడి.

-• ద్రౌపది భీమునితోఁ గీచకుఁడు నర్తనశాలకు రాఁబోవుటం జెప్పుట. •-

క. చని వెడ వికసిల్లెడు నా
ననపద్మముతోడ ననిల • నందనునకు ని
ట్లనియెఁ జతురోక్తిరీతి య
తనిగూఢక్రోధవహ్ని • దరికొల్పంగన్. 270

క. నా కొఱఁత దీర్చి వచ్చితి
నీకొఱఁతయ యింక సూతు • నిం దెగఁ జూడన్
లోకము వంచింపను దగు
చీఁకటి రే యొదవ నేమి • సేసెదొ చెపుమా. 271

వ. అనిన విని దరహాసితవదనుం డగుచు వృకోదరుం డిట్లనియె.

క. నన్నడుగ నేల నీవును
నన్నిచుఁడు నేమిమాట • లాడితి రది నా
కున్నట్టు లెఱుఁగఁ జెప్పుము
నిన్నే మెచ్చించువాఁడ • నీరజవదనా. 273

వ. అనినఁ బాంచాలి సుదేష్ణమందిరంబునం దా నుచితాచర
ణంబున నునికియు సింహబలుండు సింగారించుకొని వచ్చు
టయు రేయింటిమాటలవలనం దాను బెదరమియు వాఁడు
సామదానభేదదండంబులు సూపి పలుకుటయు దానికి

దెలియం జెప్పిన నతండు పరమాహ్లాదంబునం [1]బొంది. 274

శా. క్రోధం బ్రతికారమై హృదయముం ♦ గుందింప నత్యంత
చిం । తాఘాతాత్ముఁడ నైననాకుఁ బరమో ♦ త్సాహంబు
సంధిల్ల దు । స్సాధం బైన విరుద్ధకార్య మిటు లా♦సన్నం
బుగా సంఘటిం । తే ధర్మాత్మజుఁ డాత్మ మెచ్చఁ బగ
సా ♦ ధింపంగఁ గాన్పల్పమే. 275

వ. అని పలికి కొండొక విచారించి. 276

క. వెఱవక సంకేతించిన
తెఱఁగున నయ్యెడకు నరుగు ♦ దెంచునొకో కొం
దఱఁ దెచ్చునొకో వెసఁ గై
యఱిమఱి వెలిపుచ్చునొకొ ర ♦ హస్యం బెల్లన్. 277

ఉ. అట్టిద యేల చేయు నన♦యంబు నయం బొడఁగూడఁ
బల్కు నీ । విట్టి తెఱంగు సేయు మని ♦ యేర్పడఁ జెప్పిన
వాని కత్తఱిం బుట్టినసంతసంబునను ♦ వుం బరికించితి గాదె
యింక ని । ట్టట్టనఁ డెట్టులైన హృద ♦ యంబున నెక్కుడి
శంక వానికిన్. 278

---

1. బొంగి.

వ. అని నిశ్చయించి వృకోదరుండు వెండియు నిట్లనియె. 280

మ. బలియుం డాసాబగుండు భావభవద♦ర్పభ్రాంతుఁ డై వచ్చి
ని । శ్చలసర్వాంగత నున్న నన్నరసి నీ♦చందంబు గా కున్న
నా । కులతం బొందెడు నప్డు మండపము సం♦క్షోభింపఁగా
[1] నేతుఁ గట్టలుకఁ బెబ్బులి [2] గోల వేసినటు లు♦గ్రాకార
మే పారఁగన్. 281

క. ఎఱిఁగి పిఱుసనిన వెసఁ బై
కుఱుకుదు సాళువము గాకి♦నొడిసినభంగిన్
వెఱచఱవం బొదువుదుఁ బఱి
పఱిసేయుదునీదుపూన్కి ♦ పారం బెయిదన్. 282

ఆ. నాదుబాహుబలము ♦ నకు మాఱుకొనఁ జాలు
భుజబలంబు గలిగి ♦ పోక చిక్కఁ
బెనఁగి నన్నుఁ గొంత ♦ గినియింప నోపెడు
చంద మైన వినుము ♦ సరసిజాక్షి. 283

మ. అవనీచక్రము సంచలింపఁగ దివం ♦ బల్లాడ నాశాచయం
బవఘూతంబుగ గోత్రశైలనికరం ♦ బాకంపముం బొంద న

---

1. -చ. లేదు. 'గోల' యనఁగా గంతు. 'ఇబ్బిలముగఁ గోల వ్రేసిన (విదిప. 3-౧౫౬.) గోలురించు' అనఁగాఁ, బులి గంతుగొనుట.

[illegible]
నతనితీవ్రక్రోధంబు గుప్తసాధనంబులకు బాధకం బగు నని
బోధింపం దలంచి యిట్లనియె. 285

ఉ. ఒవ్వనివారు నవ్వ మహి♦ మోదధి ధర్మసుతుండు దీనికిన్
నెవ్వగఁ బొంద భూజనులు♦ నింద యొనర్పఁగ నేనొనర్చునీ
చివ్వకు నీవు నల్కమొఱఁ ♦ జేసినయాపని గూఢవృత్తికిన్
దవ్వగు నేని నియ్యభిమ♦తం బొడఁగూడియు నిష్ఫలంబగున్.

క. కావున వంచన బాహిర
పోవక యుండంగ మనరి♦పుం బరిమార్పం
గా వచ్చునేని నట్టిద
నావల పటు గాక తక్క♦నను వలదు సుమీ. 287

వ. అనిన విని ద్రుపదనందనకుం బాండునందనుం డిట్లనియె. 288

చ. మదమునఁ గీచకాగ్రజుఁడు♦మార్కొని నిల్చిన వీఁక మైమె
యిం । గదిసితిమేని నప్పుడు ప్ర♦కాశరహస్యవిభేదబుద్ధి నా
కొదవునె యైన నేఁ దలఁచి♦యోపినభంగి నిగూఢవృత్తిమైఁ
బదిలముగల్గి తిన్ననియు♦పాయమునం దెగఁ జూతు నాతనిన్.

క. అనవుడు జయలక్ష్మిం జే
కొను మని దీవించి యింత♦కుం గేకయనం

చ యిం[illegible]లంబున.

కీచకుఁడు ద్రౌపదియందలి మోహంబునఁ బరితాపంబు నొందుట.

సీ. వామాక్షి రుచిరలా ♦ వణ్యంబు భావించుఁ
దన్వంగి యూపు చి ♦ త్తమున నిలుపుఁ
గంబుకంధర చెన్ను ♦ గైకొని తలపోయు
నంగనసౌకుమా ♦ ర్యము దలంచు
భామినీసహజ వి ♦ భ్రమము మొగిఁ గీర్తించుఁ
బడఁతి నడుమువ్రేఁగు నరసిఁ ♦ బ్రాఁకొలుపు
మానిని గరువంపు ♦ మాటలపొం దూహించు
దళిత[illegible] ♦ దనము మెచ్చు
తే. సడరి కోర్కులు [illegible] వేఁగు
పడినయుల్లంబు సత్త్వ ♦ బలుమఁడినకు
వశముగా కున్న నారీయు ♦ వంతఁబొందఁ
జింతయొసకంబు వడిగొని ♦ చిక్కువఱుప. 292

చ. తలఁకు నలందురుఁగ [1]ననయుఁ ♦ దాపభరంబున వెచ్చ
నూర్పు మే । నలయఁగ నొల్లఁబోవు [2]వెగ♦డందుఁ గలంగుఁ
బరిభ్రమించుఁ గొం । దలపడుఁ దల్లడం బడరి ♦ ధైర్యము

---

1. చ. జ. సొలయు. 2. క. గ. వెఱఁగందు.

సీ. పడఁతి నన్నూఱడఁ ◆ బలికినభంగిన
నిచ్చమై నిక్కకు ◆ వచ్చునొకో
వచ్చితొల్లిటియట్ల ◆ వడిఁ ద్రోచిపోవక
పొలఁతి యిం పెసలారఁ ◆ బొందునొక్కొ
[1]తలపోఁత గలిగి యు ◆ మ్మలఁత వచ్చుటకు నొం
డొకవింత వుట్టక ◆ యుండునొకో
గంధర్వులేవురు ◆ గలరని చెప్పి న
న్నెలఁతుకమాటలు ◆ నిక్కమొకో
తే. తెఱవచిడిముడిపాటు సు ◆ దేష్ణ యెఱిఁగి
వేడ్కఁబని వంచు టుడిగి రా ◆ విడుమనొకో
మదనుఁ డింతికి నొజ్జయై ◆ మతకములను
నదను నెఱిఁగించి నాకడ ◆ కనుదునొకో. 295

ఉ. నిక్కమపోలె నప్పుడొక ◆ నేరిమిమై ననుఁ ద్రోచిపుచ్చఁగా
నక్కమలాక్షి పొందుదగ ◆ నాడి తుదిన్ నిజమేది నేఁటికే
యిక్కకు రాక తక్కిన స ◆ హించునె నన్ మరుఁ డట్టు
లైన నా । కెక్కడిప్రాణ మేటితను ◆ వెయ్యది నిల్కడ
యేమి సేయుదున్. 296

1. గ. తలఁపాత్మఁగలిగి.

ఉ. గానికి నేటినిక్కము వ్య ♦ ధా పరితాపము దక్కఁ ¹బాసమై
పూనికి డిగ్గఁద్రావి వెసఁ ♦ బోయెద నిప్పుడ పోఁటు ముట్టియ
బ్జాననఁ బట్టి తెచ్చి హృద ♦ యం బలరంగ ననంగతంత్రవి
ద్యానిపుణత్వ మేర్పఱిచె ♦ దం బ్రమదాంబుధి నోలలా
ర్చెదన్. 298

ఆ. అనుచు సంచలించు ♦ నడిమాసఁ గ్రమ్మఱ
బాసఁదలఁచి ధృతికిఁ ♦ బట్టువెట్టు
మరుని కోహటించి ♦ యురియాడఁ ²మదిమట్ట
గాన నిశ్చయించుఁ ♦ గలఁగుఁజేడు. 299

వ. మఱియు నక్కోమలివలని ప్రేముడిం దగిలి. 300

సీ. పొడసూపినట్లైన ♦ వడిఁ బట్ట సమకట్టి
పరికించి కానక ♦ బమ్మరించు
మెలఁగినయట్లైనఁ ♦ బలికింపఁ దలఁచి ని
రూపించి లేమి న ♦ శ్రులు వహించుఁ
గదిసినయట్లైనఁ ♦ గౌఁగిలింపఁ గడంగి
³యారసి బొంకైన ♦ నలఁత నొందు

1. ఖ. నాసమై. 2. మనమూఁత, గాన. 3. గ. యారఁడిబోఁకైన.

వెదకి [1]రిత్తబయల్ గని ♦ విహ్వాలించు. 301

—♦ కీచకుఁ డుద్యానవనంబున విహరించుట. ♦—

వ. ఇట్లు బహుప్రకారంబు లగుమన్మథవికారంబున కగపడి
వెగ డంది యమంద సంతాప భరితాంతః కరుండగుచు
సింహబలుండు పరిచారికా ప్రార్థనంజేసి మజ్జన భోజనంబు
లోకభంగి నడిపినవాఁడై తదనంతరంబ మనోవేదనా
పనోదనార్థంబు మందిరారామభూమికిం జని తత్ప్ర
దేశంబున. 302

చ. కమలవనంబుపొంత నును ♦ గా డ్పొకయించుక యాద
రించుఁ జి | త్తమునకు దానఁ దల్లడము ♦ దన్కుటయుం
జని గారవంపుఁజూ | తముకడ నిల్చు నిల్చి యది ♦
తాపముఁ బెంచిన లేఁతతీవజొం | పముఁ జొరఁబాఱినం
దలఁత కైకొనినట్ల వెడలుట్ల వెనుంబడున్. 303

ఆ. సుడియుగాలిఁ బువ్వుఁ ♦ బోడిఁ దన్నుఁ [2]గప్పునో
యనుచు బెగ్గలించు ♦ నగ్గలముగఁ
గురియు తేనియలకుఁ ♦ గొంకు లతాగుల్మ
తరుసమీపములకు ♦ నరిగి యరిగి. 304

---

1. క. చ. తారిత్తబయ లని. 2. క. గప్పిన, నలఁగు.

పెట్టినపల్ పచరించి ♦ చుట్టుఁ గ్రుమ్మరిమనో
రము నియ్యకొలుపు మ ♦ రాళవిభుని
ఫలరసమొండొంటి ♦ కెలమిఁ జంచులనిచ్చు
మెయినచొక్కెడు శుక ♦ మిథునములను
గమిఁబాసి తలిరుజొం ♦ పమునకు మెయిమెయిఁ
దాఁకంగఁ జను పిక ♦ దంపతులను

తే. జూచి చూచి యుల్లంబున ♦ నేచి కోర్కె-
లడరఁ జిడిముడిపడు మ్రాను[1] పడు వెడంగు
పడు వెనుంబడుఁ దల్లడ ♦ పడు దురంత
చింతబారికి నగపడు ♦ సింహబలుఁడు. 306

వ. ఇట్టినలవంత నిక్కడక్కడ వడిఁ దిరిగి తిరిగి. 307

క. వగ ముట్టికొనినఁ జిత్తము
వెగ డొందఁగ మేను గలయ ♦ వెమ్మఁగ ధృతిపాఁ
తగల నొకతీవయింటికిఁ
దగి యుండెడు చంద్రకాంత ♦ తల్పము సేరెన్. 308

క. అం దొఱఁగి కీచకుండా
యిందీవరనయన నాత్మ ♦ నిడి వేడ్క మెయిన్

---

1. ఘ. చ. ఇంచినప్రియాకాంత • కిచ్చి.

గుచము లురంబునఁ ♦ గుదియించి క్రమమున
నిఱిసిన కౌఁగిట ♦ నింపొసర్తు
నఁగుళంబుల నల్ల ♦ నలకలు గబళించి
కెమ్మోవి యాని మొ♦క్కింతుఁగాయ్వ
మనము మనంబునఁ ♦ బెనఁచి కేళికిఁ జొచ్చి
సతిఁజేల్తు సౌఖ్యర ♦ సంపునిట్ట
తే. దనివు మొదలైనఁ జిగురొత్తు ♦ తమకమునకుఁ
బ్రాఁకువెట్టుచు మగఁడుఁ బైఁ ♦ [1]బడుచునింతి
వింతభంగుల కెలయించి ♦ వెకలిఁ జేసి
యభిమతక్రీడనములకు ♦ నలవరింతు. 310

వ. అనుచు వెండియు నిగుడుమనోరథంబులను భావరతంబుల
శిశిరోపచారంబులఁ బ్రొద్దుగడపి కడ గానక. 311

క. మాయఃరవి యేల క్రుంకఁడో
కో యను నిట్టేల తడసె ♦ నో యనుఁ గ్రుంకఁ
బోయెడుఁ జూ యిప్పుడ యను
[2]దాయ పఱిచె నను మనోజ ♦ తాపము పేర్మిన్. 312

---

1. క. శ. బడుదు. 2. చ. జ. దాయవెఱిచె

ఆ. అనుచుఁ [illegible] ♦ [illegible]
శిశిరపర్యంకమున మేను ♦ సేర్చిచేర్చి
వంతఁ దలపోసి తలపోసి ♦ వనరి వనరి
మిగుల వందురి వంనురి ♦ పొగిలి పొగిలి. 314

సీ. తనికెడు నారటం ♦ బున నంతకంతకు
పెమ్ముచు నునికికి ♦ విడుమరయును
గోలుమసంగెడు ♦ గోర్కుల వెనువెంటఁ
బాఱుచు నునికికి ♦ నూఱటయును
వావిరిఁ 2బొదివెడు ♦ పగలసందడిఁ బడి
యురియుచు నునికికి ♦ నుడుకువయును
నందంద కదిరెడు ♦ కొండలపాటుచేఁ
దలఁకుచు నునికికి ♦ నిలుకడయును

ఆ. లేమిఁ దాల్మిగొనఁగ ♦ లేక యలందురి
తనువు నింద్రియములు ♦ మనము ధృతియుఁ
దనవశంబు గాక ♦ తల్లడపడి సింహ
బలుఁడు విషమబాణు ♦ బాఱిఁ బాఱె. 315

---

1. గ. సొలఁ నిలిపెనొక్క. 2. ఖ. బొదలెడు.

—♦ సూర్యాస్తమయవర్ణనము ♦—

క. ఇనుండు దనకడకు నేతెం
చినరాగముఁ బొందుటది యు ♦ చితమనఁగాఁ గెం
పున మెఱసి పశ్చిమాశాం
గన జనసంభావనముల ♦ గౌరవమందెన్. 318

ఉ. చుక్కలు తోడుతోడఁ దల ♦ చూపఁ దొడంగె మనోభ
వుండు వి । ల్లెక్కిడి చక్రవాకముల ♦ యిక్కలు రోయఁ
గఁ జొచ్చెనేల కెం । పెక్కుచు వచ్చె దీవియల ♦ యేడ్తెర
పోయగమూఁదె సందడుల్ । దక్కెఁ బురంబువీథుల మ ♦
దం బొలసెన్ విటచిత్తవృత్తులన్. 319

వ. పదంపడి జారచోరుల మనంబు లలరం జంద్రాస్తమయం
బగుటయు. 320

క. పెనుమిట్టిది పల్లం బిది
యనకుండఁగ నోలమును బ ♦ యలు నొక్కటిగాఁ
గనువిచ్చుటయును మోడ్పుట
యును సరిగాఁ దమము పర్వె ♦ నుర్విం దోఁప్తోన్.

---

1. "సోలంగన్" అనఁగాచొక్కుట. సూర్యతాపశాంతిచేవృక్షాదులు
శింపఁగానగుట.

ద్రుపదనందనఁ జూచి నా ♦ తోన వెనుక
నల్ల నంతంత నరుగుదె ♦ మ్మని కడంగి. 323

చ. గమనము వీఁక వేఁడుక వి ♦ కారముపుట్టక సంగరోత్సవో
ద్యమరభసాతిరేకము బ ♦ యల్పడు టించుకలేక రోషసం
భ్రమ మొకయింత యైనఁ బర ♦ భావనిరూప్యము గాక
ద్రౌపదీ। రమణుఁడు వోయి విక్రమధు ♦ రంధరతం దగ
నాట్యశాలకున్. 324

వ. చని వివేకరహితుహృదయంబునుంబోలెఁ దమోదూషితంబును విదగ్ధవనితా ప్రేమంబునుంబోలె దుర్నిరూపంబును ఘోరాటవీభాగంబునుంబోలె నిర్మనుష్యంబును గాపురుషలక్ష్మీవిలాసంబునుంబోలె ననుపయోగ్యంబును ననభ్యస్త శాస్త్రంబునుంబోలె దుర్గమంబును స్వప్నలబ్ధపదార్థంబునుంబోలె నదృష్టిగోచరంబును విషమకావ్యంబునుంబోలె నస్పష్టాలంకారంబును బాలిశరాజ్యంబునుంబోలె జారచోరహృద్యంబును నైన యానర్తనాగారంబుముఖభాగస్థలంబు సేరి. 325

క. కెలఁకులుఁ బిఱిందిదెసయుం
గలయం బరికించి తనయ ♦ ఖండిత బాహా

[illegible]
శ్చింతుండై సతి కేలువట్టికొని చొ♦చ్చెఁ భీముఁ డత్యుగ్రతన్.

వ. ఇట్లు సొచ్చి తటియం జని మధ్యప్రదేశంబున విరాటనందన లీలాపర్యంకం బరసి కని దానికనతిదూరంబునం బాంచాలి నోసరిల నునిచి తా నాతల్పంబున నుండె నంతం గీచకుండు.

క. కైసేసి మదవికారో
ల్లాసంబున మేను వొంగ♦ లఘుగతి నుత్కం
ఠాసవపాన విధాన
వ్యాసంగతరంగితాంత ♦ రంగుం డగుచున్. 329

శా. సింగంబున్న గుహానికేతమునకున్ ♦ శీఘ్రంబునన్ వచ్చు
మా। తంగంబుం బురుడించుచుం బవనపు ♦ త్రస్వీకృతాం
గైన యా। రంగాగారము సేర వచ్చి మదిలో♦రాగంబు
ఘూర్ణిల్ల నిం। తిం గాముం డిట తేఁడె యింత కనియు ♦
ద్వృత్తాంగజోన్మాదుఁ డై. 330

ఉ. స్వాంతము బాహుగర్వఘన ♦ సంతమసాంధము గాఁగ శంకె
యొ। క్కింతయు లేక కీచకుఁ డ ♦ హంకృతి ముంగలి
గాఁగ మండపా। భ్యంతరభూమిఁ జొచ్చి తటి ♦ యం జని

1. గ. జ. ప్రతిభాగ 2. క. ప్రాగ్భాగము.

కూర్మి నం । దనుఁపు దదియాచష్టిలును ♦ దద్విచనంబుల
చొప్పు నేర్పడం । గనుమతి నూరకుండె నవి ♦ కార
నిగూఢ నిజప్రకారుఁడై. 332

ఆ. కీచకాధముండు ♦ కిమ్మీర వైరిపైఁ
గెలుపొఁచి యాచి ♦ శాలనయన
గాఁ దలంచి మేను ♦ గరుపాఱ నిట్లను
మదనఘూర్ణమాన ♦ హృదయుఁ డగుచు. 333

చ. వనిత మనోహరంబు లగు ♦ వస్తుప్ర తెల్లను వేడ్క నేఱ నీ
కని నియమించి తెచ్చితిఁ బ్రి ♦ యంబునఁ గైకొను మెప్పు
నంగనా। జనములు నన్నుఁ జూచి మరు ♦ సాయకముల్
దమచిత్తవృత్తు లే । చిఁకఁ గొని వచ్చి యుత్తరు వి ♦ శిష్ట
ధనంబుఁగా నాకు లంచమ్ముల్. 334

సీ. నాదుమూపంబు మ ♦ నంబుపఁ జిక్కిన
తరుణి దక్కెఁడు నేల ♦ సరకు సేయు
నాదులావణ్యంబు ♦ నకు నిచ్చి మెచ్చిన
యెలనాఁగ పైఁబడ ♦ కేల నిలుచు
నావిలాసంబులు ♦ భావింపఁ బడసిన
యింతి పుష్పాస్త్రుచే ♦ నెట్లు బ్రదుకు

[illegible]
గాక మాట లిం కేటికిఁ ♦ గపులవదన. 335

క. అనవుడు మనమున నిస్సీ
యని యుచితనిగూఢభంగు ♦ లగుభాషణముల్
దనప్రియ వినిపించుట కి
ట్లనియెఁ మృదురీతి భీముఁ ♦ డాతనితోడన్. 336

తే. ఇట్టివాఁడవు గావున ♦ నీవు నిన్నుఁ
బొగడికొనఁ దగు నకట నా ♦ [illegible] యాఁడు
దాని వెదకియు నెవ్వెడ ♦ నైన నీకుఁ
బడయ వచ్చునె యెఱుఁగక ♦ పలికి తిట్లు. 337

క. నాయెడలు సేర్చినప్పుడ
నీయెడ లెట్లగునో దాని ♦ నీ వెఱిఁగదు త
న్నేయబలతోడిదిగాఁ
జేయఁ దలంచితివి తప్పు ♦ సేసితి గంటే. 338

క. నను ముట్టి నీవు వెండియు
వనితలసంగతికిఁ బోవు ♦ వాఁడవెవ్వైనం
దను వేఁ బడసినఫలమే
కనియెడ విదె చిత్తభవ వి ♦ కారము లెల్లన్. 339

---

1. విరహాగ్నిఁ 2. నాతోడిమాటలు. 3. జ. కేలఁటంటి

క ♦ పాటోప 2దీప్తాంగుఁడై. 340

—♦ భీమసేనుఁడు గీచకుని సంహరించుట. ♦—

వ. గంధర్వుం డనుతలంపున. 341

చ. పవనతనూజుబాహువులు ♦ పాణియుగంబునఁ బట్టి పీఁకమై
నవనిపయింబడం దిగిచి ♦ యంగము 3జానులు 4నూఁదినం
గడున్ । జవమున దండతాడితభు ♦ జంగముభంగి సముత్థి
తాంగుఁడై । యవయవముల్ ప్రకోపరభ ♦ సాతిశయం
బునఁ బొంగ నుద్ధతిన్. 342

మ. మగుడం గీచకుఁ బట్టె వాఁడును బలో ♦ న్మాదంబునన్
బాహులగ ♦ ర్వగరిష్ఠుం డగు నాహిడింబరిపుఁ దీ ♦ వ్రక్రో
ధుఁడై పట్టె బె ట్టుగఁ ద్రోపాడఁగ నిద్దఱున్ భుజబలా♦
టోపంబుమైఁ నొండొరున్ । మిగులంజాలక కొంతసేపు
వడి మే ♦ మేఁ బోరి రుగ్రాకృతిన్. 343

వ. అట్టియెడ. 344

క. తన యగపా టొరు లెఱుఁగుదు
రనిసూతుఁడు సమయభంగ ♦ మగుటకు భీముం

---

1. ఘ. మగ్రిక్ సముజ్జృంభ. 2. చ దీప్తాత్ముఁడై. 3. ఖ. సంధుల
4. జ. నూనినం.

[illegible]

బొడిచిన వెస బీఱు ♦ వోవక యొండొరు
నాదండ పొడుచుచు ♦ నవనిఁ బెట్టి
యొత్తిన బెగ్గలం ♦ బొందక యొండొరు
బలువిడి నొత్తుచు నలపు మిగిలి
యడఁగంగఁ బొదివిన ♦ నడిచి పాటించుక
యును లేక వీఁక నొం ♦ డొరుల నపరి

తే. యడఁగఁ బొదువుచు నలుక యం ♦ తంత కగ్గ
లించి యాయుధముల్ నొంచి దో ♦ ర్లీల నెఱపి
యుల్లసిల్లిన స్రుక్కఁ గొం ♦ డొరుల రౌద్ర
వృత్తి నొంచు చొండరులకు ♦ 1వెక్కసముగ. 347

క. కదియుచుఁ బాయుచుఁ బట్టుచు
2నుదలుచుచుం బడుచు లేచు ♦ చుడుగుచు 3వడిగొం
చొదవెడు కినుకం గడు బె
ట్టిదముగఁ బెనఁగిరి చలంబు ♦ డింపక కడిమిన్. 348

---

1. క. వెగ్గలముగ. 2. జ. ఇది 'ఉదలుచు' ధాతువు 'ఉదల్చు' అని శాంతిపర్వము. 'ఉదల్చు' అని భీమేశ్వరపురాణము.
3. వడిఁగొం, పొదవెడు.

ఉ. దాని నెఱింగి యెంతయు నుదగ్రత నాబకవైరి గ్రక్కునన్.
వాని నడంగఁ బట్టి కడుఁ ద్రెచ్చి మహోగ్రగతి నాక్రమించెఁ బం
చానన మీనముం బామువుస ట్లుతఁ డూర్జితశక్తి నుద్భటుం
డై నగసేన సమీరసుతుఁ డల్కదుఁ ద్రొక్కిడి నల్లుపీఁకతోన్.

క. నెగియు నిడ నగ్గమైనను
¹బిగి యూరుచుఁ బిఱుఁకునునినఁ ♦ బిడికిట గోఱసం
దిగను బెడిదముగఁ బొడిచెం
బగతుఁడు గను మిడిసి నేలఁ ♦ బడి తన్నుకొనన్. 351

ఆ. పల్లవప్రసూన ♦ ఫలభరితఁ బగు
ద్రుమాను గూల్చఁ దోఁచు ♦ మత్తగజము
వోలెఁ బివిధరత్న ♦ భూషణాభూషితుం
డైనసుతుఁ గూల్చె ♦ ననిలసుతుఁడు. 352

చ. విశ్రుతపుంజాను నాపమది ♦ వేమఱు నుష్టిఁ గిట్టి పట్టి ప
ర్గనమును పీనదీర్ఘభుజ ♦ శాఖలఁ బోదముగంబు మీనిలో
నిక్కఁ బోర నుగ్గుగాఁ బడిమి ♦ నించి గ్రంథలతిక్తి యైన కీ
చకు ధరణీస్థలిం బడిపి ♦ చక్కని ముద్దగఁ జేసెఁ దుష్టునిన్.

1. చ. జ. బిగియూడుచు.

చ. అనలము గూఢయత్నమున ♦ నయ్యెడకుం గొని వచ్చి దానిఁ
జ। య్యన వెలుఁగొందఁ జేయుటయు ♦ నచ్చెరువున్ భయ
మున్ బ్రియంబునుం। బెనఁగొనఁగా గనుంగొనియె ♦ భీత
మృగేక్షణ భీము డాయఁగాఁ। జని కడునక్కజం బయిన ♦
చందమునం బడి యున్నపీనుఁగున్. 355

ఉ. చూచుచుఁ జేరి వ్రేల్మిడుచు ♦ చుం దల యూఁచి 1విలక్ష
చిత్తయై। యాచపలాక్షి ముక్కుపయి ♦ నంగుళిముం
గదియించి దీనికై। కీచక డింత సేసితి సు ♦ ఖిత్వముఁ
బొందుదుగాక యింక న। ట్లేచిన నిట్లు గా కుడుగు ♦ నే
యనుచున్ వెఱఁగందుచుండఁగన్. 356

క. పూనిక నెఱపితి సతి యవ
మానముఁ బరితాపభరము ♦ 2మాన్చితి నిపు డి
ట్లే నని మదిఁ బొంగెడు పవ
మానసుతుం డిట్టు లనియె ♦ మానినితోడన్. 357

శా. చింతాశల్యము వాసెనే భుజబలో ♦ ద్రేకంబు నీకక్కసే
శాంతిం బొందెనె రోషపావకుఁడు దు♦శ్చారిత్రునిం జూచితే

---

1. క. విషణ్ణచిత్తయై. 2. గ. మాన్పించితి నిట్లే.

[illegible]

రిన సమ్మోదంబు వెలి వి ♦ రిసి పెరయంగన్. 359

సీ. కొలువులోపల నిన్న ♦ కోప మల్లొత్తినఁ
దలఁకక నిలిచిన ♦ ధైర్యమహిమ
నేఁ డింకఁ జనుదెంచి ♦ నిర్వికారతఁ బ్రజ
కన్నులు [1]గప్పిన ♦ గౌరవంబు
మనవారిలోన నొ ♦ కని నైనఁ బిల్వకు
త్సాహంబు సేసిన ♦ సాహసంబు
లోకదుర్జయుఁ డగు ♦ కీచకునిని వే
ల్మిడి రూపు మాపిన ♦ కడిమిసొంపు

తే. చూడఁ దలఁపోయ మెచ్చ సం ♦ స్తుతి యొనర్ప
నాదలంబె నీయుత్తమ ♦ నాయకత్వ
మెఱిఁగి నినుఁ గొనియాడ నే ♦ నెంతదాన
మహిత విస్మయానంద ని ♦ ర్మగ్ననైతి. 360

క. అనుపలుకులు కర్ణరసా
యనము లగుడు నయ్యుధిష్ఠి ♦ రానుజుఁడు ముదం
బునఁ జెలి యింకఁ దడయం
జనదని ద్రౌపదికిఁ జెప్పి ♦ చయ్యన నేఁగెన్. 361

---

1. చ. గట్టిన.

స్తరనిగమైకవేద్య గుణ ♦ తత్త్వవికారనియత్యభేద్య సం
స్మరణనిరస్తతాపఘన ♦ సంసృతిసంతమసప్రదీప ని
ష్ఠుర భుజసారదానవని ♦ షూదన భక్తిజనప్రమోదనా.

క. చతురానందమయా దు
ర్గతిరోగోద్గమచికిత్స కా భువనభవ
స్థితిసంహారకరా ని
ర్వృతిపణ్యాపణపదార విందవికాసా. 364

మాలిని. ²సురపరివృఢ చూడా శోభిరత్నాంశు వీచి
స్ఫురణ సుభగపాదాం భోజసంచారకేళీ
పరిచయకలనాల బ్ధవ్యయాతీతసౌఖ్యో
త్కర మునిజనహృద్వా ధ్యన్మరాళప్రతానా. 365

గద్యము. ఇది శ్రీమదుభయకవిమిత్ర కొమ్మనామాత్యపుత్ర బుధారాధనవిరాజి తిక్కనసోమయాజి ప్రణీతం బయిన శ్రీ మహాభారతంబున విరాటపర్వంబు నందు ద్వితీయాశ్వాసము. 366

---

1. క. గూఢదుస్తర. 2. చ. సురపతిదృఢ.

పాండవు లజ్ఞాతవాసమునకై విరాటుని నగరమందు నివసించుటం జేసి యీ పర్వమునకు విరాటపర్వమని పేరు వచ్చెను.

(1) 'శ్రీయన గౌరినాఁబరఁగు చెల్వయు' ఇట గ్రంథాదియందు శ్రీకార ప్రయోగంబు మంగళార్థంబు.

'దేవతా వాచకాశ్శబ్దాయేచ భద్రాది వాచకాః
తే సర్వే నైవనింద్యాస్స్యుర్లిపితో గణతోపిచ'

మఱియు

క॥ శుభ దేవతా ప్రియంబును
శుభఫలదత్రియము గలిగి శుభ వాచకమై
యభినుతి గాంచినకతమున
శుభములఁ శ్రీకారమునను జొప్పడు టరుదే? (అప్పకవి)

శ్రీకారమునందు శవర్ణము రేఫము ఈకారమును గలవు. ఇందు శవర్ణమునకు ఈకారమునకును అధిదేవత లక్ష్మి. రేఫమునకు అగ్నిదేవుఁ డధిదేవత. అగ్నియు 'శ్రియమిచ్ఛేద్ధుతాశనాత్' అను పురాణవచనముచే లక్ష్మీప్రదుం డగుటచేత శ్రీకారఘటితవర్ణంబు లన్నియు లక్ష్మీప్రదంబులు. మఱియు శవర్ణమునకు గ్రహము గురుఁడు, రేఫమునకు ఈకారమునకును గ్రహము శుక్రుఁడు. కనుక మూఁడువర్ణములకును శుభగ్రహంబులే కావున శ్రీకారము కవులు తొలుదొల్తఁ బ్రయోగింతురు. శ్రీ అనఁగ బరఁగు చెల్వకును గౌరి నాఁ బరఁగు చెల్వకును అని విభజించుకొనవలయును. లక్ష్మీపార్వతులకని భావము.

భద్రాయితమూర్తి భద్రవత్ ఆచరితా మూర్తిః యస్యసః— భద్రాయితమూర్తి—మంగళకరమగు శరీరము గలది. భద్రాయిత అనునది

[illegible]

కొనవలయు

విష్ణురూపాయ నమః శివాయ

విష్ణురూపాయ=విష్ణుస్వరూపుఁడగు

శివాయ=శివునికొఱకు

నమః=నమస్కారము

శివకేశవులకు భేదము లేదని యద్వైతసిద్ధాంతము

(3) సంయమి పరికర సంభావ్య అనుభావుండు = మునిసమూహముచే గౌరవింపఁబడఁదగిన మహిమగలవాఁడు, కృష్ణద్వైపాయనుఁడు = వేదవ్యాసుఁడు ద్వీపమేవ అయనం యస్య సః-ద్వీపాయనః. ద్వీపాయనుఁడు (యమునాద్వీపమే స్థానముగాఁ గలవాఁడు యమునాద్వీపములోఁ బుట్టినవాఁ డనుట) ద్వీపాయనుఁడే ద్వైపాయనుఁడు ద్వైపాయనుఁడు + కృష్ణుఁడు కృష్ణద్వైపాయనుఁడు మయూరవ్యంసకమునకువలె విశేషణమునకుఁ బరనిపాతము వచ్చినది కృష్ణుఁడని వేదవ్యాసునకుఁ బేరు

'భారతాఖ్యము అగు లేఖ్యంబు ఐన ఆమ్నాయము' 'భారతం పంచమో వేదః' అను సూక్తి యిట అనుసంధేయము అ వేద మపౌరుషేయము భారతమను వేదము పౌరుషేయము ఇంతియే భేదము- ఆమ్నాయము=వేదము (వ్యుత్పత్తి) ధర్మాధర్మముల నుపదేశించునది

(4) మూచల-నిర్ణాయకము (నిశ్చయించునది) మూల + కల మూదల

(5) తొడంగి=ప్రారంభించి, కృతులు=గ్రంథములు (పర్వములు) విద్యాదయితుండు - ఇది తత్పురుషముగాఁ జేసికొన్నచో విద్యలకుఁ బ్రియుఁడు అని యర్థము వచ్చును నన్నయభట్టు సకలవిద్యారమణులచే

కృతులు' రచించె నని తిక్కనాచార్యుఁడు చెప్పియుంటచే నన్నయకవి అరణ్యపర్వముగూడఁ బూర్తిగా రచించియుండెననియు నంటే కారణము చేతనో కొంత యుత్పన్నము కాఁగాఁ బ్రబంధపరమేశ్వరుఁడను నెఱ్ఱా ప్రెగడ తన్నామకముగనే పూరించె ననియు స్ఫురించకమానదు

(7) తిక్కనాచార్యుఁడు విరాటపర్వమును హృదయాహ్లాది ఊర్జితకథో పేతంబు నానారసాభ్యుదయోల్లాసి అని విశేషించుటంజేసి యీ పర్వ మెంతయుఁ గథాచమత్కృతమై నవరసాలయంబై పాఠకుల హృదయ మాకర్షించునని తెలియవచ్చెడిని

(11) 'కిమస్థిమాలామ్' అను శ్లోకము శ్రీతిక్కనాచార్యునిచే నద్వైత భావనతోఁ జెప్పఁబడినది దాని యర్థము (హే) విభో ! = ఓ హరిహర నాథా ! త్వమ్ = నీవు పరిష్క్రియాయామ్ = అలంకారము విషయమై అస్థిమాలామ్=ఎముకల పేరును బహుమన్యసే కిమ్ = గౌరవించుచున్నా వా? వా=కానిచో కౌస్తుభమ్=కౌస్తుభమణిని బహుమన్యసే కిమ్ = గౌరవించుచున్నావా? తవ=నీకు కాలకూటః=విషము స్వాదు కిమ్ = రుచ్యమా? వా=కానిచో యశోదా స్తన్యమ్-యశోద పాలు స్వాదు కిము-రుచ్యమా? మే-నాకు వద-చెప్పుము

(13) ఈసీసపాదములయందు బేసిసంఖ్యయందు హరుని లక్షణములును సమసంఖ్యయందు హరిలక్షణములు నభిహితంబు లయ్యె జాలువాఱిన్ - ప్రవహించఁగా హరినీలపాత్రికన్-ఇంద్రనీలపాత్రయందు ధవళ పంక జము-తెల్లఁదామర

(14) అనుకంపా అతిశయంబునన్-దయావిశేషంబుచే, సుధారోచి-చంద్రుఁడు సూర్యచంద్రులు భగవంతునికి నేత్రంబు లనుట

నిరహంకారనిరూఢ భావనా ఆరాధ్యునకున్ — అహంకారము లేనిదియు, నిశ్చలమును అగు చిత్తవృత్తిచే ఆరాధింపఁదగినవానికి హ్రీంకారమును — హ్రీంకారబీజస్వరూపమగు మనోజ్ఞ–రమ్యమగు అలంకార–ఆభరణము యొక్క — ఉల్లాస–ప్రకాశముచే నిత్య–శాశ్వతమగు లాలిత్యునకున్– అందముగలవానికి

(౩౪) త్రిభువన శుక దృఢపంజర విభవ మహితునకున్ — త్రిభువనమనెడు చిలుకను గట్టి పంజరముయొక్క వైభవముతోఁ బూజ్యుఁడైన వానికి – చిలుకలకుఁ దప్పించుకొనిపోవుటకు వీలులేని పంజరమువలె ముల్లోకములవారికి నాశ్రయమైనవాఁడని భావము – కుక్షిస్థాఖిలభువనుఁడనుట– లేదా త్రిభువనమనెడు గట్టి చిలుకపంజరమునందు వైభవముతో నధికుఁడైనవానికని యేనిఁ జెప్పికొనవచ్చును – త్రిలోకములందు నంతర్యామిగా నున్నవాఁడనుట 'అంతర్బహిశ్చ తత్సర్వం వ్యాప్య నారాయణః స్థితః' సమస్త విష్టప నిర్మోక భుజంగపతికిన్–సమస్తలోకములే కుబుసముగాఁ గల శేషునకు – అనఁగా శేషుఁడు కుబుసములచే నావృతుండయ్యు దానిని విడిచిపెట్టుటకును సమర్థుఁడగువల్లె హరిహరనాథుండును జగత్తుచే నావృతుండయ్యు నవసరమైన దానిని విడనాడుటకును శక్తిగలవాఁడని భావము

(౪౪) మరుత్ సరిత్–వేల్పుటేఱుచే(ఆకాశగంగచే) అకల్పిత–అలంకరింపఁజేయఁబడినది గనుకనే మనోజ్ఞ–రమ్యమైన చరణ–పాదముచేతను శిరః–శిరస్సుచేతను సుందర = అందముగల మూర్తికిన్ = శరీరముగలవానికి ఇందు హరి మరుత్సరిదా కల్పితమనోజ్ఞచరణసుందరమూర్తియనియు హరుఁడు మరుత్సరిదా కల్పితమనోజ్ఞశిరస్సుందరమూర్తియనియుఁ గ్రహింపవలయునది. గంగ విష్ణుపాదమునఁ బొడమిన దనియు (విష్ణుపాదోద్భవా గంగా) ఈశ్వరుఁడు గంగాధరుఁడనియుఁ దెలియవలెను.

గలవుగనుక క్రమముపాటింపఁబడినచో అజగవాలంకృతభుజుఁడు హరియు,
శార్ఙ్గాలంకృతభుజుఁడు హరుఁడునుగా వలసివచ్చును. అదివిరుద్ధము. 'కపర్దో౽
స్య జటాజూటః పినాకో౽జగవం ధనుః' అను శ్లోకముచే అజగవము హర
ధనుస్సుకాని హరిధనుస్సుకాదు. 'చాపశ్శార్ఙ్గం మురారేస్తు' అను శ్లోకమువలన
శార్ఙ్గము హరిధనుస్సుకాని హరధనుస్సుకాదు. సర్వజ్ఞకల్పులగు తిక్కనా
ర్యులిట్లు క్రమమును బాటింపకుండుట తాను చెప్పికొనినట్లు 'భేదములేని
భక్తిని (హరిహరులకభేదమును) స్పష్టీకరించుటకేమోయని తోఁచెడిని.
ఇట్లే 'శరద్వరాబర్హిబర్హచారువిభూషా' అనుచోటను గ్రహించునది.

40 జలనిధి=(పాల) మున్నీటిచేతను, హిమవత్, భూధర=మంచు
కొండచేతను, కలిత=ఏర్పఱుపఁబడిన, జనన=పుట్టుకయనెడు, కేళి=ఆట
యొక్క, కౌతుక=సంతసముకలవారు, (పాలసంద్రమునందును మంచుకొండ
యందును బుట్టినవారనుట) వ్యక్త=స్పష్టమైనదియు, అవ్యక్త = కొంచెము
స్పష్టమైనదియు, (ఇచటనఞ్ పదమీషదర్థకము) లక్ష్మివిష్ణునురంబున నుండు
నుగాన నామె సౌందర్యము స్పష్టముగాఁ గానవచ్చుననియుఁ బార్వతి యీ
శ్వరుని సామేననుండుటచే నామె సౌందర్యము కొంతభాగమే స్పష్టముగాఁ
గానిపించుననియు భావము. లలిత=సుకుమారమైనదియు(అగు) సౌందర్య=
చక్కఁదనముచే, స్ఫురత్=ప్రకాశించుచున్న, అలఘు=గొప్ప (మహిమ
గల) తను=శరీరములుగల, స్త్రీ=స్త్రీలతో(రమాపార్వతులతో)సనాథ=
కూడినవాఁడా!

46 సుయోధను చేసిన కుటిలవిచేష్టితంబు–ఇట ధాతుజ విశేషణపూర్వా
వ్యవహితకర్తృపద ప్రథమకు యొక్క షష్ఠియని యెఱుంగునది.

[illegible]
లోపంబు విభాషనగు - అనుస్వారముచే నిట ముద్ణకంబు వికల్పముగా లోపించెనని యెఱుంగునది.

55 భవత్, ఆజ్ఞా, దృఢ, బంధ, సంసమిగ, శుంభత్, వేగము= మీఱయానతియను గట్టిగొలుసుచే అణంచబడినయొప్పిదమగు వేగముకలది.

క్రోధ=కినుకయొక్క, ఆవేశ=పూనికవలని, దుర్గాంత = అణంచ శక్యముకాని, దర్ప=గర్వముయొక్క, విలాస=ప్రకాశముయొక్క, ఉద్భట=అధికమగు, భంగిన్=విధముచే, ఏపు=ఆధిక్యము, అర్జునద్విపము— కౌరవ్యాంబుజశ్రేణి—ఈరెండుతావులనురూపకము.

విశృంఖలమగు మదేభము తామరకొలనుసొచ్చి పద్మంబులఁజిందరవందఱచేయునట్లు మనయర్జునుఁడు నీ నిర్బంధములేనిచోఁ గౌరవుల నాఁడే తునుమాడియుండెడువాఁడని భావము.

56 కావుతన్ + అని - కావుతమని - నూఱఎడు, తత్ప్లుతంబువకచ్చు పరంబగునపుడు మకారంబగు.

(బాల. క్రియా.)

57 నాఁటిరేయి, క్రోశమాత్రమ్ము. ఇట నూ-కాలాన్వయము వశం ప్రాయికంబుగాఁ బ్రథమయగు. అనుస్వారముచేఁ బ్రథమ.

58 ‘ఈయంగనయుండోనరుగుదేర’ ఇట ‘తోన్’

అనుదానికిఁ బ్రత్యేకప్రయోగమారయునది.

66 చాగంబు=దానము- (త్యాగశబ్దభవము)

68 ఇటఁ బ్రాసములోని విశేషంబుగమనించునది. ‘సన్న్యాసివేషము న[illegible]’ ఇచట ‘సన్న్యాసిన్’ శబ్దములో నకారద్విత్వముగలదు. ఎట్లన. సమ్+

టురియే న్యాయ్యమైనను 'అనచిచ' (అచ్చుకంటెం బరంబయిన 'యర్'నను ద్విత్వము వికల్పముగా వచ్చును. అచ్చుపరమగుచోఁ రాదు.) అనుసూత్రముచే నకారమునకు వైకల్పికద్విత్వము గావించుకొని ప్రాసదోషము వారించుకొన వలయును.

69 శ్రౌత, స్మార్త, నిమిత్త జ్యోతిర్, విద్యలు-ఇట 'విద్యలు' అను పదమును ప్రత్యేకముగా నన్వయించుకొనవలెను. 'ద్వంద్వాంతే శ్రూయమాణం పదం ప్రత్యేకం సంబధ్యతే' అని శాస్త్రనియమము. ద్వంద్వసమాసము చివరవినఁబడు పదము ద్వంద్వఘటితశబ్దములతో నొక్కొకదానితో సంబంధించునని పై నియమముయొక్క భావము. కావున. శ్రౌతవిద్య, స్మార్త విద్య, నిమిత్తవిద్య, జ్యోతిర్విద్యయని గ్రహింపవగును. నిమిత్తవిద్యయనగా శకునశాస్త్రము.

ధర్మజుఁడు సన్యాసివేషంబునె వహించుటకుఁ గారణమేమన — ఇది వఱకు సామంతరాజులాదటిచే నమస్కృతులఁబడయుచు గౌరవమందిన తాను విరటునికి నమస్కరించుచు నందుఁ గాలముగడుపుటలోఁ సేవలు పాటువచ్చునేమోయని యతనిచేతను నమస్కరింపించుకోఁదగిన సర్వజనపూజ్యమగు యతివేషమూనెను. అందును గితవుండగు శకునితన్ను వెండియుఁ గపటద్యూతంబున జయింపనుండుటకై బృహదశ్వపరిగృహీతమగు నక్షహృదయాభ్యాసమునకు విరటునితోఁ జూదమాడుచుండెను.

71 కలధౌతమయములు = వెండితోఁజేయఁబడినవనుట. అష్ట సాళులు = పాచికలు అష్టము + సారెలు——

73 'ధర్మపుత్రునితోఁ మైత్రిఁ జెలఁగెడి యతని పాలనచింతులు' ధర్మశబ్దమునకు యముఁడనియు నర్థముకలదుగాన (ధర్మః) చాపన్యాయమాధ్వరా

'పరపాకో గృహస్థస్య క్షత్రియస్య విశేషతః
నయోగ్యఇతిసూదస్యబభ్రే వేషంవృకోదరః'

పరపాకము గృహస్థునకు కూడదని గృహస్థుఁడగుటయేగాక క్షత్త్రియుఁడుఁగూడ నగు తనకది కూడదని యెంచి భీమసేనుఁడు పాచకుఁడయ్యెనని యెఱుంగునది. అర్జునుఁ డూర్వశీశాపంబుకతనఁ బేడిరూపుదాల్పవలసెను. నకులుఁడు సూతవేషమూని యశ్వపాలకుఁడగుటకు హేతువేమన — తాను మహాక్షత్త్రియులగు ధర్మజభీమార్జునుల కనంతరజాతుఁడనని గూఢముగాఁ వెల్లడించుటకుఁగాను క్షత్త్రియజాతి యగు సూతజాతివాఁడాయెనని యెఱుంగవలెను. సూతజాతిక్షత్త్రియజాతికంటెఁ గొంచెము తక్కువదియనుటకు,

బ్రాహ్మణ్యాంక్షత్త్రియాత్సూతః ప్రాతిలోమ్యేనజాయతే
క్షత్త్రియాణామసౌధర్మంకర్తుమర్హత్యశేషతః
కించిచ్ఛక్షత్త్రజాతిభ్యోన్యూనతా తస్యజాయతే,

సహదేవుఁడు ప్రస్తుతము సూతవేషుఁడుగానున్న నకులునితమ్ముఁడన్నని సూచించుటకుఁగా వైశ్యజాతివాఁడాయెను. వైశ్యజాతిధర్మములలోఁగూడ నుత్తమధర్మమగు గోపాలకత్వమునె చేకొనెను.

ద్రౌపదిభీమానువర్తనకై శూద్రజాత్యుచితమగు సైరంధ్రీవేషమూనెను. ఇట్లు ధర్మజాదులవేషధారణౌచిత్య మొక్కింత తెలియునది.

77 పటియవాయక + కక = చిల్వఁగా,

80 హాంతకారి = జెట్టివాఁడు, అగ్గలిక = పూనికతో, లాఁగు వేగంబు = లంఘనమునందలివడి,

83 బానసంబు = వంట, ఘూర్ణమాన, మానసుండు = కదలుచున్న మనస్సుగలవాఁడు,

94 గోడిగ జాతిలోన్ = ఆఁడుగుఱ్ఱముల తెగలో, కొదమ పెంటులన్ = జవ్వనము తలచూపినయాఁడువానిని, మావులన్ = గుఱ్ఱములతో, సంచులు = గాదెలు, క్రొత్తిమట్టునకున్ = క్రొత్తపనిముట్టునకు, పెనఁగుశూకలములన్ = కలసెడు అశిక్షితములగు దుష్టాశ్వములను,

లాయమునన్ = గుఱ్ఱపుచావడియందు, మందడీలకున్ గుఱ్ఱపువాండ్రకు (రౌతులకు)

96 మీకడవాడన్ = మీచెంతనుండువాఁడను, మీచివరవాఁడనని గూఢము. చివరవాఁడు సహదేవుఁడుగదాయన్నచో నకులసహదేవులు కవల వారుగాన నిరువురికి భేదమని భావము.

99 కీలాటితనమునకున్ = గొల్లవానిధర్మమునకు, (వృత్తికి)

100 వంజలన్ = గొడ్డుటావులను, బడుగులన్ = చిక్కినవానిని, (ఆవు లనుట) తెవులుగొంటులన్ = రోగములుగల చెడ్డయావులను, నట్టీలన్ = ప్రయాసముచేఁ బిదుకఁదగిన యావులను, పసికిన్ = ఆలమందకు,

102 మృదువు = మెత్తనిది (ద్రౌపదికివిశేషణము) ఇది స్త్రీలింగమందును 'మృదువు' అనియుండవచ్చును, రూపాంతరము 'మృద్వి' 'వోతో గుణవచనాత్' (ఉదంతమగు గుణవాచికి స్త్రీత్వవివక్షయందు ఙీష్ప్రత్యయము(ఈ) వికల్పము) మృదుః మృద్వీ—

(సిద్ధాంతకౌముది)

104 సైరంధ్రీవేషంబునన్ = సైరంధ్రివేషముతో, సైరంధ్రియనఁగా—

శ్లో॥ చతుష్షష్టికలాభిజ్ఞా । శీలరూపాదిసేవినీ
ప్రసాధనోపచారజ్ఞా । సైరంధ్రీపరికీర్తితా॥

అరువదినాల్గుకళలను దెలిసి, మంచినడతగలిగి, రూపాదులతో నొప్పి, యలంకారాదివిధుల నెఱిఁగిన యొకపరిచారిక.

[illegible]
చోటునందువలె అభేదార్థంబున షష్ఠియని భావము. పాంచాలినగు (పాండవుల) భాగ్యవనిగూఢాభిప్రాయము.

124 ‘పుత్రులు’ పున్నామ నరకమునుండి రక్షించువారు వ్యుత్పత్తియందు ‘తకార’ ద్విత్వ ముండవలెను (పుత్త్రులు) అన్నవస్త్రాదు లొసఁగి పాలించువారును, ఇతరులవలన రక్షించువారును అను వ్యుత్పత్తియందు ‘తకార’ ద్విత్వ మవసరములేదు. ప్రస్తుత మీపద్యమునఁ బ్రాసమునందు ‘పుత్ర’ పద మేకతకారముగాఁ బ్రయోగించుటయు సాధువనియే గ్రహింపనగు. మొదటి వ్యుత్పత్తినే గ్రహింతుమన్నచో ‘పుత్త్రులు’ అని ద్వితకారముగాఁ బ్రయోగించి తక్కినచోటుల ‘అనచిచ’ అను సూత్రముచేఁ బాక్షిక తకార మొనర్చుకొన్నను భంగములేదు.

131 అంతిపురముచుట్టరికము – ఇట గ్రామ్యతాప్రసంగమున్నను సచమత్కారముగా నయ్యర్థమును స్ఫురింపఁజేయుటఁజేసి ‘ఔదార్య’ మను నర్థగుణము నెఱుఁగునది. ‘అగ్రామ్యత్వముదారతా’

(వామనాచార్యుఁడు)

134 ఎట్టిపాలసుండున్=ఎటువంటిమూర్ఖుఁడును,

135 ఆకొండున్=ఆకొందును. ఇట ‘దు’ వర్ణంబునకు ‘డు’ వర్ణంబు వచ్చెనని యెఱుంగునది.

‘క్షితిని నుత్తమపురుషంబు సెప్పుచోట, నంద మైయుండకుండు మారొక్కండువనఁగ, నుండుమూర్తులనేన మారొక్కండుననఁగ’ భుజగకేయూర! కాశికాపురవిహార!

(కవిసంశయవిచ్ఛేదము)

148 డప్పి=దప్పి – తెల్గుపదములలోఁబదాది దకారమునకుఁ బ్రాయికంగా ‘డ’ కారమువచ్చును. దగ్గఱ – డగ్గఱ, దిగి – డిగి, దెప్పరము – డెప్పరము,

164 శస్త్రాస్త్రముల్ – ఇట 'సూ–అజాద్యదంతమ్' ద్వంద్వసమాసమునందు అదంతమును అజాదియునగు పదము తొల్తఁ బ్రయోగింపవలయునను నియమము కలదుకాన 'అస్త్ర' శబ్దమట్టిది యగుటచే దానికిఁ బూర్వప్రయోగము వచ్చి 'అస్త్రశస్త్రముల్' అని కావలసియుండఁగా 'శస్త్రాస్త్రముల్' అనుట యెట్లుపొసఁగునని శంకింపరాదు. 'ధర్మాదిష్వనియమః' ధర్మాదులయందీ నియమములేదు, అను అనుశాసనముచే 'అర్థధర్మములు, ధర్మార్థములు' అను నుభయరూపములు సాధువులైనట్లే 'శస్త్రాస్త్రముల్, అస్త్రశస్త్రముల్' ఈ యుభయవిధరూపములును నిర్దుష్టంబులని యెఱుంగునది.

166 కైదువులు=ఆయుధములు,

168 అలందురి=దుఃఖించి (రూ) అలఁదురి.

170 మోపు=వింటనారిని,

172 గొనయములు=వింట నారులను, దొనలు=అమ్ముల పొదులు, ఇందు సంబోధ్యులు భీమ నకుల సహదేవులు ముగ్వురేగాన నాల్గవవాఁడు లేమింజేసి మొదట మూఁడుపాదంబులయందుఁ గ్రమముగాఁ బోషితమగు సంబుద్ధ్యంత ప్రయుక్తమగు సమతవీడవలసివచ్చెను.

186 ఇభఘటలు=ఏనుఁగుల సమూహములు. 'కరిణాంఘటనాఘటా' అను కోశమువలన 'ఘటలు' అనఁగనే యేనుఁగు గుంపులనెడు నర్థము వచ్చుచుండఁగా 'ఇభ' శబ్దము పునరుక్తముగాదాయని యొకశంక. దానికి సమాధానమేమన. 'విశిష్టవాచక పదానాంసతిపృథగ్విశేషణవాచక పదసమవధానే విశేష్య మాత్రపరతా' (విశేషణ విశిష్టపదములకు వేఱుగా విశేషణ వాచకపదము దగ్గఱనున్నపుడు కేవల విశేష్యపరముగనే యర్థము చెప్పికొనవలయును) అను నియమముచే ఇట 'ఘటలు' అను విశిష్టవాచక పదమునకు 'ఇభ' అను విశేషణవాచకపదము దగ్గఱనున్నది కాన 'సమూహములు'

[illegible]

ఉన్నరూపు+అ, పల్కినన్నరులు ఎక్కడఁగలరని సత్యమే పలికెడు నట్టివారున్న వెక్కడను లేరని వ్యతిరేకము. [illegible] నేను చెప్పినది కల్ల. 'నరులు' అని బహువచన మునుచుటచే భీమార్జున నకుల సహదేవులు ద్రౌపదియుఁ జెప్పునవికూడఁ గల్లలేయని సూచన. మఱియు—ఉన్నరూపు+అ, నూ— 'ఒకానొకచో ఒకవిభక్తికి మఱియొక విభక్తియునగు' నను సూత్రముచే 'సుఖమున్నారు' అను స్థలంబునందువలె 'ఉన్నరూపు' అను చోటఁద్వితీయార్థంబునఁ బ్రథమయని గ్రహించినచో 'ఉన్నరూపముతో', అని యర్థమువచ్చుటంజేసి మేము పల్కుట ఉన్నరూపములతోఁగాదు మాఱు వేషములతోననియు సూచితమగుచున్నది. ఇట్లే తక్కినచోటులఁ జూచుకొనునది.

192 మందహాసము చేయుచుఁ జెప్పుటచే మానుడువునది కల్లయనియు వెల్లడి యగుచున్నది.

193 'సత్యము చెప్పుట రొట్టివారికిని గష్టము' అనుటకు నిందుఁ గారణములు పొందుపఱుపఁబడియె.

195 ఈపద్యము మొదలుకొని 198 వ పద్యము చివరవఱకు ధర్మజుని మాటలయందు అర్థద్వయము స్ఫురించెడిని.

ద్విజుఁడన = బ్రాహ్మణుఁడను,

'ద్వాభ్యాంజాయతే' రెంటిచేఁబుట్టుచున్నాఁడు—(అనఁగా జన్మచేతను, ఉపనయనసంస్కారముచేతనని భావము) అనువ్యుత్పత్తిచే ద్విజశబ్దము బ్రాహ్మణక్షత్రియవైశ్యవాచకముగూడ నగునుగాన, ద్విజుఁడన = క్షత్రియుఁడను [illegible] సత్యముగూడఁ జెప్పి[illegible]టచే అనృతదోషము లేదని భావము. ఇట్లే యంతట నెఱుంగునది. కురువిషయజాతుఁడన = కురుదేశమునందుఁ బుట్టి

డను, రెండవయర్థమునందు, పరివ్రజనా, శ్రమ కలితుండవై = అరణ్యము నందు) లువైపులఁ దిరుగుటచేనగు అలసటతోఁ గూడినవాఁడను, మనుజ వల్లభ, యోగ్య, బహు, ఎన్నొది, కరుండవై = రాజులకుఁ దగినపెక్కు ప్రొద్దుపుచ్చు పనులను జేయువాఁడను, రెండవయర్థమున, రాజులకు యోగ్యములగు పెక్కు వేడుకలను జేయువాఁడను, రాజార్హములగు రాజసూయయాగాది మహోత్సవములఁ జేయువాఁడననుట.

196 ద్యూతక్రీడకుఁ గొండొక సేతువై 'సేరుతువై' అనుక్రియలోని లుప్త 'రు' వర్ణరూపము. ఇందుభయత్ర అర్థము సమానము. బృహదశ్వుని వలననక్షహృదయము గ్రహించుటచే నిప్పుడు జూదము బాగుగ నాడఁగలను. వెనుక నంతగాఁ జేతఁగామిచే మాజ్ఞాతులు కపటద్యూతంబున నారాజ్యమంతయు నపహరించి మమ్ముఁ బరాభూతులఁ జేయఁగా నాసమయప్రకారమిటువచ్చితినని గూఢాభిప్రాయము.

197 'నృప! నయవిద్యకై' అని ప్రకృతార్థమున భేదము. నయవిద్యకై = నీతివిద్యకు, రెండవయర్థమున 'నృపనయవిద్యకై' అని యేకపదము. రాజనీతివిద్యకు అనిభావము. ధర్మపరులసంగతికై = ధర్మాసక్తులతోడి చెలిమికి, రెండవయర్థమున, ధర్మశబ్దమునకు 'విల్లు' అనియర్థము కలదుగాన, 'ధర్మపరులసంగతికై' అనగా విలుకాండ్రగు సోదరులకై యికను, అని హృదయము.

'పేరుకంకుఁడు' నాపేరు కంకుఁడందురని ప్రకృతార్థము. రెండవయర్థమున—'కంకశ్ఛద్మద్విజేఖ్యాతో లోహపృష్ఠకృతాంతయోః' అనువిశ్వనిఘంటువలన, కంకశబ్దమునకు 'యమధర్మరాజు' అను అర్థము కూడఁగలదు. కాన. నేను యమధర్మరాజునని చెప్పుట. ధర్మరాజు యమధర్మరాజని చెప్పుట యెట్లన్న 'ఆత్మావైపుత్రనామాసి' (తానే పుత్త్రుఁడగును) అనుశ్రుతిప్రామాణ్య

205 హావిష్యము+అ=హావిష్యసే,

211 చట్టువంబు=గరిటె,

212 సురియతోఁ=చురకత్తితో,

213 ఉలుకు=భయము,

216 ఏమిగలంబునవాఁడు— ఇట ‚నకారము
ఒకానొకచోఁ మతుబర్థంబున నకారంబు చూపట్టెడు (

218 ఇటభీముని నుడులందు నందందఁ ద్వ్యర్థ
నాలవజాతివాఁడఁ=శూద్రుఁడను, పంచభూ
జోవాయ్వాకాశములలో) నాల్గవజాతియగు వాయు
ధిని అనఁగా వాయుపుత్త్రుఁడనగు భీముఁడనని గ
'ఇచ్చోటనేకాదన । న్నెవీటఁ మిగులంగ నె
డునులేఁ డెబ్బంగులఁ జూచినఁ, ఇటపైకి,
వారెవ్వరు లేరనియర్థమగుచున్నను. ఈనగరమున నే
నను బలపరాక్రమాదులలో నన్ను మించువారు లేరని

219 వలలుండు=వంటవాఁడు, సాకతంబు=

221 మోము+అడ్డము — ఇటసంధి అసభ్యస్త్రు
గ్రస్తముగాఁ గనుపట్టుచున్నది.

228 పవడంపుజొత్తులఁ=పవడముల యొు

233 ‚మన్నామంబు, బృహన్నల‚ ఇటనా పే
చెప్పుటచే నేనర్జునుఁడనని గూఢముగాఁ జెప్పినట్లయ్యె
భవేదైక్యం డలయో రలయోర్బవోః అను నియమము
అను అభియుక్తోక్తిచేతను 'బృహత్+నల' అను చో
ముగావించుకొన్నచో 'బృహత్+నర అని యేర్పడు

237 ప్రణత + దయిత = [illegible] ముద్దు [illegible]
'అథ కౌశికాః సుగ్గలూలూకనకులమునిశక్రాహితుండికా.' అను నానార్థని ఘంటువువలనఁ గౌశిక శబ్ద మింద్రవాచక మగుచున్నది. ఇటు భుజవక్షో౽క్షి ముఖంబులచే నింద్రుని మించుచున్నాఁడనుటచేఁ గొమరుఁడు తండ్రింబోలి యుండుం గాన నీతఁడింద్ర పుత్త్రుఁడగు నర్జునుఁడని మరలి కలిగాఢముగా స్ఫురింపఁజేసి యానందము గలిగించుచున్నాఁడు.

238 భాస్వత్, కాండంబులు = ప్రకాశించెడు బాణములు,

239 'ఆఁడుదనంబు నిక్కము కొరసి మాచిన లేదు' అనుటచే నిజముగా నే నాఁడుదానను గాను, అర్జునుఁడననుట పుంస్త్వమున్, పోఁడిమి తప్పి యున్నది' పౌరుషముకూడ సౌందర్యము చెడియున్నది యనుటచేఁ బ్రస్తుతము ప్రతిజ్ఞా ప్రకారము అజ్ఞాతవాసము చేయవలయును గాన, పౌరుషమునను బ్రసక్తిలేదని భావము, నపుంసక జన్మము, అవశ్య భోగ్యము + ఐ, పోఁడిమి గల్గు శాపమునన్ వచ్చెన్' తప్పనిసరిగా ననుభవింపవలసినదై యీపేడితనమ్మూర్వశీ శాపంబుచే వచ్చెను. ఊర్వశి తన కొలువులోనిదిగాన నీతండ్రియగు నింద్రుఁడైన నామెను మందలించి నీశాపమును తొలగించలేక పోయెనా? అన్నచో — శాశ్వతిక షండత్వమును సంవత్సరాను భావ్యముగఁ దగ్గించెనే కాని 'పురాకృతకర్మ భావ్యము. ఎవ్వాఁడున్. నేర్చున్. ఏ తొలఁగన్, నైవన్, కదా' తొల్లిచేయఁబడిన యూర్వశీ ప్రార్థనా నిషేధకర్మముచే నవశ్య భోగ్యమగు శాపమును ఇంద్రుఁడైనను బూర్తిగఁ దొలఁగింప లేక పోయెనని రహస్యము. 'ఓర్వఁకపోవఁ వచ్చున్, ఏ' కనుక నీయాఁడు రూపు సహింపక తప్పదయ్యె ననుట.

240 పాదాంగుష్ఠ నిగమము = గండము (కత్తి) [illegible] నృత్యమును, కుండలియై = కుండలాకార నృత్యమును, ప్రెక్కణంబులై అంగుళ = అభి

కప్పున్ = నలుపును,

262 'దామ గ్రంధియను వాఁడన్' దామము (హారము) వలెఁగంఠస్థములగు ఆయుర్వేద గ్రంథములు గలవారు— అనఁగా అశ్వనీ దేవతలని భావము. వారి పుత్త్రుఁడ నగుటచే 'ఆత్మావై పుత్త్రనామాసి' అని నన్నును దామ గ్రంధి యందురు. అనఁగా నకులుఁడనని యభిప్రాయము. దామము వలెఁగంఠస్థములగు అశ్వశాస్త్ర గ్రంథములు కలవాఁడనగుటచే నన్ను దామ గ్రంధి యందురని ప్రకృతార్థము అశ్వ విషయంబు+అయిన విచక్షణత్వంబు' న+శ్వః (రేపు) యేషాం తే అశ్వాః రేపనుమాట లేనివారు యుద్ధములందుఁ బ్రాణముల గడ్డి పోచగాఁ జూచెడు శూరులని భావము. తద్విషయికమగు పాండిత్యమని గూఢాభిప్రాయము.

267 'తన తమ్ములలోని వానిఁగాన్' నేను ధర్మరాజు తమ్ములలోని వాఁడను అని గూఢముగాఁ జెప్పికొనుట.

273 అధిక, సమ్మానన, పూర్వము, కాన్+కిన్ = ఎక్కువ గౌరవింపఁజేయుట ముందుగలుగునట్లు, 'సమ్మానన' పదము— సంపూర్వకమన్ ధాతువునకుఁ బ్రేరణమునను ల్యుడంత (అన) రూపమని తెలియవలెను. సమ్మానము = గౌరవము, సమ్మాననము = గౌరవింపఁజేయుట యని యీరెండు పదంబులకు భేదమారయునది.

275 తలుగుల పాజి = పసులఁగట్టెడు పలుపుల మోపు, పెయ్యల దామెన = పాలు విడిచిన యావుల పెక్కు పలుపులుగల నిడిత్రాడు,

279 తొలఁగు + పోక + ఉండన్ = తప్పించుకొని పోకుండ.

284 'హీనకులుఁడన్' ఇది హీనః నకుల పదములోని 'న' వర్ణచ్యుతికి రూప మనుకొన్నచో నకులునికంటెఁ జిన్నవాఁడను (సహదేవుఁడను) అను అర్థము స్ఫురించును.

291 కుఱుమాపుడుఁబుట్టంబు = చిన్నమాసినగుడ్డను,

294 తుఱఁగలి మెఱుఁగులు = ప్రకాశముగల మెఱుపులు,

298 గట్టువాల్గుదానన్ = సైగంధ్రిని (గట్టుపర్వతము) వలె స్థైర్యముతోఁ బ్రవర్తించుదానవని భావము.

301 తత్, జాలకములన్ = ఆకిటికీలగుండ,

310 సామినిర్గమంబున్ = సగమెదురువచ్చుట,

313 ‹సైరంధ్రీశబ్దమునకు రాజమహిషి› యనియు నర్థముకలదు గాన నేను ధర్మజుని మహిషినను నర్థమును జెప్పినట్లయ్యెను.

317 ‹నాకుఁ బ్రాణంబుప్రాణమై నన్నుఁదన్ను గాఁగ భావించి యా దేవి గారవించు› ద్రౌపదీదేవి నన్నుఁ దన్ను, గా నేభావించుననుటచే నేనే ద్రౌపదినని సూచితము.

322 ‘కర్కటిగర్భముధరియించునట్లు’ఎండ్రిచూలుదాల్చినట్లు. కర్కటివమున్నగునవి వినాశకాలమునకే చూలుదాల్చుననుట ‘అలీకళీకర్కటకేణా రంభావినాశకాలే ఫలముద్భవంతి.’

333 ఇందన్నియు హరిహరనాథునకు సంబోధనములు.

బాంధవ, శాత్రవ, ఆకలిత, భావభవా = (భావమునుండి పుట్టినకళల వాఁడను అనువ్యుత్పత్తిచే భావభవశబ్దము మన్మథవాచకమగును) శత్రువుగాను విరోధిగనుజేసికొనఁబడిన మన్మథుఁడు కలవాఁడా! మన్మథుఁడు హరికిఁబుట్టమును (కుమారుఁడు) హరునకు విరోధియునని భావము. భవ, పాశ, బంధ, సంబంధ, విరామ, రామ! సంసారపాశమును కట్టుయొక్క సంబోధనము.

హృదయమందలి ముడులను (అట్టిసంశయములను భేదించువాఁడా ! ఈ
యత్ర అర్థముసమానము–'భిద్యతేహృదయ గ్రంథిశ్ఛిద్యంతే సర్వసంశయా
అనుదాని భావముసూచితము. పరిమాణదూర ! = కొలతలేనివాఁడా
'అణోరణీయాన్ మహతోమహీయాన్'(చిన్నవానిలో మిక్కిలిచిన్నవాఁ
పెద్దవానిలోమిక్కిలి పెద్దవాఁడు) అనిభావము.

దుఃఖ, ఇంధన, పావకాయిత, సమీక్షణ! దుఃఖములు, అను చి
గులకు అగ్నిహోత్రునినంటి చూపుగలవాఁడా! చైత్ర, మహాత్, అదృశ్య
ప్రభా != మానసికమగు గొప్పకాంతి (వెలుఁగు) కలవాఁడా !

ప్రకాశించెదు, ఆశ్రితలోకా ! = భక్తజనముకలవాఁడా ఒకమారు హరి రంగనాథుని క్రేఁగంటిచూపులుపడినంతనే భక్తజనులు మహైశ్వర్యసంపన్నులగుదురనిభావము.

(3) తాల్మి=ఓర్పు. పుయిలోటు=సంకోచము.

(7) అగ్గలించి=అతిశయించి, బాహు = బాహువు, సూ॥ రాహుబాహుశబ్దంబులకంతట వువర్ణకలోపంబు వైకల్పికము. (ప్రౌఢవ్యాకరణము)

(14) కృత, పరికర, బంధుండు+ఐ = చేయఁబడిన నడికట్టు కట్టుకొనుటగలవాఁడై

(15) ఉపలాయిలోన=మల్లక్షిజ్ఞానములో, తోరహత్తము=మల్లబంధవిశేషము, సీసానగ=ఇదియొకమల్లబంధము,

(17) కచ్చ=కాసె,

(18) మండి=ఒకకాలు నేలమోకరించుట

(19) పెలుకుతీ=విలవిలపోవు, తాళంబు=మల్లురయొక్కపట్టు.

(22) ఏఁడుకాలంబు=సంవత్సరకాలము,

(23) అక్కజము=అధికము, ఇందలినాల్గవపాదములోని 'ఐ'అనునది కలిగియను నర్థంబునవచ్చినది. 'కలిగియనచోట నైన యని పలుకవచ్చునండ్రు— ఆనందరంగరాట్ఛందము. ఇందు—'హత్తిపై నెక్కొనచూపు గ్రిమ్మరుపనేరక' యనుటచేఁ గామదశలలో మొదలిదగు దృక్సంగము చెప్పఁబడియె. 'ఊఁకనిల్చి' ఇత్యాదులచే స్తంభాదిసాత్త్వికభావములు కీచకునియందు వర్ణితములయ్యెను.

(24) ఉదిలకొనుచున్=పరితపించుచు, ఇందు రూపకాలంకారము చక్కఁగా నిర్వహింపఁబడినది.

(28) 'మన్మథుఁడు + ఐనఁ' ఇందలి అప్పకముచే త్రిలోకసుందరుఁడగు మన్మథుఁడే ద్రౌపదికి వంచునుటచే నామె లోకోత్తరసౌందర్య మభివర్ణితము. విరహతాపముఁ బాపికొనుటకు మరుఁడు తనచిగురుగొడుగును బువ్వుటమ్ములపొదులను సైతము సెజ్జచేయించుకొనుననుటచే నతని విరహాతిశయపరాకాష్ఠ చెప్పఁబడియె. 'మన్మథుడు' ఈపదమునే యిందువాడుటచే నెల్లరమనస్సుల మథించి విరహతప్తులఁ జేయుచుదనునను ఇప్పుడు 'ఆత్మవత్సర్వభూతాని' అనుమాట యెఱుకపడెనని యభిహితమయ్యె.

30 'పినిఁబొందఁగాంచు తెఱఁగు నాకెయ్యది యొక్కొ' ఇందలి విసంధి(విరుద్ధసంధి) కృతాసభ్యస్మృతి కవికాలమున లేదని తోఁచెడిని. ఇట్లె 93 వ పద్యమునన

ఉ॥ 'ఉత్పలగంధి! నిన్నుడుగు మొండ్లసుబంపుముకల్లుదేర

ప్రథమాశ్వాసములోని 221 పద్యమునను

క॥ 'అనుటయు మోఱకుచందం
బున మోమడ్డముగ దల్చి' ...

దెలియునది. కవికాలమునందు సభ్యస్మృతిలేకున్నను ప్రకృతమసభ్యస్మృతి హేతువగుటలేదా? యన్నచో శిష్టలోకపరిగృహీతములగుటచే సుభగా భగినీ శివలింగాదులంబోలె నసభ్యతాభావనలేదని యెఱుంగునది.

'సంవీతస్యహి లోకేన నదోషాన్వేషణం క్షమమ్। శివలింగస్యసంస్థానే కస్యాసభ్యత్వభావనా' (లోకపరిగృహీతములందున సభ్యస్మృతిహేతుకం బగు నశ్లీలత్వము నుడువరాదు. శివలింగమన్నచో నెవ్వనికిని నసభ్యార్థస్ఫూర్తియుండదుగదా? కావ్యాలంకారసూత్రవృత్తి - 'భగినీభగవత్యాదిష్వప్రత్రిహాసమస్యతే' (భగినీభగవతీత్యాదిపదము లెల్లచోటుల సంగీకృత

భాసముల యఱుఁగునది.

ఏకత్రైవానురాగశ్చేత్తిర్యఙ్మ్లేచ్ఛగతోఽపివా। యోషితో బహుసక్తిశ్చేద్రసాభాసస్త్రిధామతః’ (ప్రతాపరుద్రీయము)

33 అన్యహేతుకంబులగు ద్రౌపదీగతస్వేద, స్తంభ, కంప, వైవర్ణ్యాదులను వివేకహీనుఁడగు కీచకుఁడు తనయెడ ననురాగమును సూచించు కామవికారంబులగు సాత్త్వికభావంబులుగాఁ దలఁచి యుప్పొంగెనని భావము.

సాత్త్వికభావము లెవ్వి యన.

గీ॥ ‘సత్త్వమన మనోవృత్తిజంబులైన
భావములు సాత్త్వికము లష్టభావితములు
స్తంభ, రోమాంచ బాష్ప వైస్వర్య కంప
విలయ వైవర్ణ్య ఘర్మసంజ్ఞలఁ దనర్చు’

(కావ్యాలంకారచూడామణి)

35 పొలి + పోవఁ + ఈక = వ్యర్థముగానీక ఎసలారు తారఁ = అతిశయించెడు కనుగ్రుడ్డుతో, ‘నయనం ప్రధానమ్’ ‘సర్వేంద్రియాణాం నయనం ప్రధానమ్’ అనుట. ఇంద్రియములన్నింటిలోఁ గన్నే ముఖ్యమైనదని భావము. ఎలమి = వికాసము. కీచకుఁడు నిశ్చలదృష్టితో ద్రౌపదిని దనివితీఱఁ జూచెనని తాత్పర్యము.

‘నయనంప్రధాన’ మను ... ఇచట ‘నయనంప్రధానమ్మను’ — అని ద్విరుక్తి రావలదా యన్నచో.

సూ - అనుకరణంబునందు హామాదుల మకారంబునకు ద్విరుక్తివిభాష యగు [బాల-వ్యాక] అను సూత్రముచే వైకల్పికమని యెఱుంగునది.

ఇట, స్త్రీలు పురుషుని సంబోధించునపుడు వాడు "ఓయన్న" అను సంబుద్ధిచేతనే కవి కీచకునియందు ద్రౌపదికి వలపులేదనుటను సూచించుచున్నాఁడు.

50 ... పతివత్నిన్ = భర్తలు గలదానిని,

54 "నీచు" = నీచుఁడు. వృద్ధు, వృద్ధుఁడు, అన్నట్లు

గీ॥ వెలయుమూర్ఖ ధూర్త వృద్ధ నీచపదాళి
కొనరుడుత్వమైన నుత్వమైన ...

(ఆనందరంగరాట్ఛందము)

55 దుర్వార, ఉద్యమ, బాహు, విక్రమ, రస, అస్తోక, ప్రతాప, స్ఫూర్త్, గర్వ, అంధ, ప్రతివీర, నిర్మథన, విద్యా, పారగుల్ = వారింప రానిపూనికగల భుజముల పరాక్రమరసముచేఁ దక్కువగాని తేజస్సుతోఁ ప్రకాశించువారును, గర్వముచేఁ గన్నులు కానని ప్రతివీరులను (శత్రువులను) నశింపజేయుటయను విద్యయందుఁ దుదఁగాంచినవారును విశేషణోభయపద కర్మధారయము. లేదా "తేజస్సుతోఁ బ్రకాశించువారు అనునదియుఁ బ్రతి వీరులకే విశేషణము చేయవచ్చును. అట్లని గంధర్వులయందు బలాతిశయ ప్రకటనమెట్లని శంకింపరాదు. "తజ్జయాన్నాయశోత్కృష్టం వర్ణనం చ ధినోతినః" అనియాచార్యదండి నుడివినట్లు యిట్టిబలవిక్రమ సంపన్నులఁ దెగటార్చువా రనుటచేతనే గంధర్వుల ప్రతిమానబలులనుట స్పష్టము.

60 దండడి = తలఁచు,

64 ఎదమేనినెత్తావి = యౌవనముగలమేనియొక్క నిండుపరిమళము. సుడియన్ + కన్ = చుట్టుచుట్టి వీవఁగా, సొగయించుమాటలన్ = సుఖించు పలుకులతో,

[illegible] కావలము కావాఁడని చెప్పవలసినప్పుడు కచ కుఁడు కావలముకలవాఁడుగాని కావలము కాఁడు కనుకఁ దాత్పర్యము ప్రసంగమిచేఁ గావలముగలవాఁడను నర్థము లక్షణచే వచ్చునని భావము. మహాకవులు విస్పష్టమగు కావలముకలవాఁడను నర్థమునఁ గావలమని ధర్మధర్ములకభేదముగా వాడుచుంటయుఁ గలదు.

'తేజసస్తునవయస్సమీక్ష్యతే'

ఇచ్చట "తేజసః" (మహాకవికాళిదాసు) అనఁగా నెక్కువ ప్రతాపముగలవానికని ధర్మధర్ములకభేదము చెప్పికొనకతప్పదు.

81 కొలువుము=ఉండుము—(పొందుము)

83 క్రేళ్ళుఱికెడు వాలుగపోగలన్ = ఎగిరిపడెడువాలుగ చేపల పొదవులను,

85 చిఱుముఱ్ఱాడుచున్=పెనఁగులాడుచు,

86 చుబ్బ 'చూఱ= [illegible] (చూఱ+చూఱ)

88 వఱిపట్లు=[పట్టుం+పట్టులు] మిక్కిలియొండుటలు

93 దుష్యత్, పరిత్యాగ, యోగ్య, పరిచారముపైన్ = తగనిపని చేయుపరిజనమునకుఁ దగినసేవతో

94 మత్, పతుల, అసన్నిధిన్=నామగలకు దూరమున, మత్పతుల అ+సన్నిధిన్=నామగలచేరువనే, అనియు స్ఫురించును.

95 ఇందుః దమస్వియవృత్తము స్ఫురించుచున్నది. సాధులు=సజ్జనులగు పాండవులు, నెమ్మిగన్=క్షేమముగ, చేరి=ఇటకువచ్చి, నిజ, స్థిర, వృత్తము=తనుస్థిరముగు ఉనికి, దుష్టకోటిచే = దుర్మార్గులగు దుర్యోధనాదులసహ [illegible] పసించినన్ బాధితము కాకుండ మీయొద్ద నివసింపఁగా, దుర్యోధనాదులు

౯౮ 'ఎవ్వారేని యింటికిఁ' ఇది 'ఎవ్వనియేనిముఖామృతాంశు బింబమ్మున' అనువాగనుశాసను ప్రయోగమువంటిది. అప్యర్థకమునకు సమాసమధ్యపాతమిటవిశేషము.

'ఒకటికిఁ నమ్మఁబడఁదగునె', ఇందలియుక్తిలత కవినాఁటికి లేదని యెఱుంగనగు. కాళిదాసు తన యభిజ్ఞానశాకుంతలమున — దుష్యంతుఁడు తన్నుఁ దోడ్కొనిపోవునో పోఁడో యని డోలాయమాన మానసయగు శకుంతలను నూఱడింపఁ జేయుటకు 'విశ్వస్తాభవ' [ఆయనచెప్పినట్లు తోడ్కొనిపోవునుగాన - నమ్మకముగలదానవగుము - అనిచెలికత్తెచేఁ బల్కించినాఁడు. ఆయన కాలమున 'విశ్వస్తావిధవేసమే' అనునది ప్రచారములో నుండినచో అప్పుడే వివాహితయగు శకుంతల నిట్లాశీర్వదింపఁడుగదా అట్లే మనకాలంబునం దశ్లీలములుగానున్న కొన్ని పదములు తిక్కనాదికాలంబుల యందు సభ్యార్థములుగనే యున్నవనియూహింపవగు. ఏకవులైనను వారి వారి కాలంబులం దశ్లీలప్రతీతిజనకంబుల మానుదురే కాని భావికాలాశ్లీల ప్రతీతిజనకంబుల మానసాధ్యము కాదుగదా.

'ఎవ్వారేని యింట కద్దియేనొకటికి' ననుటచే ఈశుదేష్టాకపటప్రవర్తనము ద్రౌపదికి విదితమైనట్లుగూడ స్ఫురించెడిని. అయిననేలపోయెనన్న-ద్రౌపదిపాతివ్రత్యమహిమచే సంరక్షితనుగాఁగల ననునమ్మిక చేతనని తెలియునది.

102 ... కాంచన, చషకంబు=బంగారుగిన్నెను.

చషకంబు=కల్లుత్రాగుగిన్నె,

110 తరణియుఁ=సూర్యుఁడును,

113 పెమ్ముతాపంబుఁ=కాల్చివైచువేఁడియు,

116 తృష్=దప్పి—ఇది 'తృట్' శబ్దమునకు అజంతరూపము —
'ఆపంచైకపదాంతానాం యథాచాసిశాదిశా' [కౌముది]

126 ... ఆతనిచేన్=అతనిచేతిని,

133 నితాంత=మిక్కిలి. దంతపీడన=పండ్లుకొఱుకుటచే, ఘటత్=ధ్వనిచేయుచున్న, ఆస్యరంగ=ముఖమనెడు నాట్యస్థానమునందు, వికట=వంకరయగు, భ్రుకుటీ=బొమముడియందు [నటియందు] చటుల=చంచలముగా, ప్రవృత్త=ప్రారంభములగుచున్న, నర్తన=నాట్యములను, ఘటనా=కూర్పుటలయొక్క. ప్రకార=విధములచే, భయద=వెఱపుగొలిపెడు, స్ఫురణా=స్ఫూర్తిచే[తోఁచుబడిచే] పరిణద్ధ=కట్టఁబడిన, మూర్తి+ఐ=ఆకారముగలవాఁడై, కీచకుఁడు ద్రౌపదిని తన్నాఁడు సమయమున భీమసేనుని మొగమను నాట్యస్థలంబున భ్రుకుటియనునటి దంతపీడనధ్వనులను మద్దెల మ్రోఁతలతోఁ జంచలములును వికటములునగు నర్తనవిశేషంబులఁజూపుచుఁ జూపఱకు వెఱపుగొలిపెనని భావము.

134 గండరించిన రూపంబుకరణిన్=పుట్టినరూపమువలె,

135 పల్లటిల్లన్=ఎఱ్ఱఁబడఁగా

136 అసేవ్య, క్ష్మాజముల్=సేవింపబడరానిచెట్లు ఉప+ఆశ్రిత+ప్రతతికిన్=చేరువనాశ్రయించిన వారిసమూహమునకు,ఇందుఁ గీచకవధప్రవృత్తుండగు భీమసేనుని సమయభంగభీతిచే ధర్మజుండన్యాపదేశవైఖరిని మందలించుట హృద్యముగానున్నది. ఇందు భీమునకు నొకయర్థమును దదితరులకు వేఱొకయర్థమును దోఁచును. వలలుండు, ఎక్కుడన్, చూచెన్, ఒండెడన్, అసేవ్యక్ష్మాజముల్, పుట్టువు+ఏ, [భీమునకుఁదోఁచు నర్థము) 135 వ గద్యములో, భీముఁడు కీచకుని నివారణచేయకపోవుటచే విరాటునిగూడఁ దన యఱుకలోని వానిఁగాఁ జేర్చుకొనినట్లు చెప్పఁబడుటచేఁ గ్రుద్ధుఁడై భీమసేనుఁడు విరాటుని గీచకుని నుభయులను జంపునని ధర్మజుఁడిట్లు చెప్పుచున్నాఁడు.

ఛాయావృక్షమువలెనున్నవాఁడు. 'వంటికట్టియలకై, ఖండింపన్, కొయ్యన్, ఏటికిన్' అట్టివనవపురుషుని దేశపై నుపకారములనేమియున్ దలంచక [illegible] చిన్నసేపు మన్ని ద్రుంపవచ్చునే? అట్లు సేయుట యాశ్రితహాననప్రాయము మగును. ఇతనియింటిలో మనము తలదాచుకొంటిమి కాన మనసునమయు భంగి ముకాఁడుటకుఁగాని యితని క్రియము సేయుటకుఁ గాని [illegible] కీచకుని ద్రుంచుటయుఁ బ్రస్తుత ముచితము కాదు. అంతేగాక నీకుఁ గ్రంప వలయునని యే యున్న 'ఒండెదన్, అసేవ్య, త్మాత్మజముల్, పుట్టువు [illegible]' ఏ హస్తినాపురములో భ్రాతృత్వాదులసేనియునై [illegible] స్వస్వాము [illegible] పహరించిమనకు నిలువనీడలేకుండ జేసిన నీ సతరు పున్ బోలు దుర్యోధనాదులుండేరా? చంపెదనని ప్రతిజ్ఞయుఁ జేసితివే వారిని. సమయానంతరము [illegible]ము. 'వరి శాఖలు. ఒప్పన్, కన్, అసల్ప, ప్రీతిన్, సంధించుచున్' అజ్ఞాతవాసానంతరము తన ముద్దుకూఁతురగు నుత్తరను మన యస్త్రస పుత్రుండగు నభిమన్యునకు నొసంగి యిల్లేమందును గావించుచు వరిశాఖలు విజృంభింపఁగా సుఖముఁ గ్రీడింపఁ గావించు ఈనిని ద్రుంపఁదగదు.

(తదితరులకుఁ దోఁచునర్థము)

'వలలుండు, ఎక్కుడన్, చూచెన్, ఒండెదన్, అసేవ్యత్మాత్మజముల్, పుట్టువే?' ఈవంటలవానికి ఈచెట్టుయెక్కుడగానిపించెను. ప్రాయ్యిలోనికిఁ గావలయునన్న వేఱొకచోట శుష్కవృక్షంబులు లేకపోయెనే. ఇయ్యది పండ్లతోను మంచికొమ్మలతోను విస్తరించి యాశ్రయించిన బాటసారులకు నుపయోగపడుచు నిల్వనీడనిచ్చుచున్నది. దీనినివంటకట్టియలకై కొట్టుటయుచితముగాద.'

139 పండినకోపమున్ అతిశయించిన కీచకయు,

శంకింపరాదు. లేనిగుణంబులఁ జెప్పికొనుట తప్పుగాని ఆగుణంబులు సత్యములైనప్పు డవ్వానిఁ బేర్కొనుట తప్పుగాదు.

'స్వగుణావిష్క్రియా దోషో నాత్రభూతార్థశంసినః' (సత్యమును జెప్పునాయనునకుఁ దనగుణములఁ దాను వెల్లడించుకొనుట తప్పుగాదు) కావ్యాదర్శము.

143 'గాజా రాష్ట్రకృతం పాపమ్' కనుకఁ గీచకుఁడొనర్చునపరాధమునకు విరాటుఁడును బాధ్యుఁడని యెఱుంగనగు.

148 ద్రౌపది సభ్యులఁజూచుమాడ్కిఁబతులఁ గనుంగొనుచుగంధర్వులపైఁ బెట్టి తమ్మునన్నదానికి ధర్మజుఁడిం దుత్తర మొసగెను.

150 కులసతుల గఱువచందము = కులకాంతల గొప్పతనము,

152 ధర్మజుఁడు తన్ను 'నాట్యంబు నూపుచాడ్పు'న (150వ పద్యము) అని యనెనని ద్రౌపది సాభిప్రాయంబుగా నీ పద్యమున నెత్తిపొడుచుచున్నది.

'నాదు వల్లభుండు నటుఁడు' నాభర్తవగు నీవు నటుఁడవు. వేషము వేయువాఁడవు. సన్న్యాసి వేషమూనితివనుట. 'పెద్దవారి యట్ల పిన్నవారున్' పెద్దవాఁడవగునీవలెనే నీతమ్ములుఁగూడ నటులే. 'కానఁబతులవిధమ కాకయే శైలూషిఁగాననఁగరాదు' కనుక మగలవలెనె నీవన్నట్లు నేనుగూడ నటినే.

శైలూషిన్ = ఆటకత్తెను. (నటిని)

153 'కులసతులగఱువచందము దొలఁగఁగనిట్లునికిఁదగునె' అన్నందుకు సమాధానమిందుఁగలదు.

154 అన్నజంతవె = అనిన ధూర్తురాలివే,

158 'అతఁడవినీతిఁజేసినను' ఇందు గ్రామ్యతా ప్రసంగము సభ్యముగఁ జెప్పుటచే అగ్రామ్యత్వరూపమగు ఔదార్యమను అర్థగుణంబని యెఱుంగునది.

ఈసభికుల్ = ఈసభ్యులు. సభికశబ్దము జూదరియందు రూఢము. 'సభికా ద్యూతకారకాః' అమరము. ఇయ్యది 'సదస్యులు' అనునర్థమున గవిప్రయోగములఁ గానవచ్చుచున్నది. 'సిద్ధిర్లోకాద్ధ్యవశ్యా' శబ్దసిద్ధిలోకంబువలనఁ దెలియునది) ఇట జూదరులనియర్థము చెప్పికొన్నను విరోధింపదు.

191 'ఎవ్వనివాకిట నిభమదపంకంబు
రాజభూషణరజోరాజి నడఁగు'

ఇందు వాచ్యార్థమునకంటె వ్యంగ్యార్థమే యతిశయముగా నుండుటచే ధ్వనియని యెఱుంగునది.

'యత్రవాచ్యాతిశాయివ్యంగ్యం స ధ్వనిః' (చిత్రమీమాంస)

ఇందు ధర్మజునిగూర్చి సమృద్ధిగా వర్ణించుటం జేసి 'ఉదాత్తాలంకారము' 'సమృద్ధిమద్వస్తువర్ణనముదాత్తః' (లక్షణము) భూరి, ప్రతాప, మహా, ప్రదీప, దూర, విఘటిత, గర్వ, అంధకార, వైరి, వీర, కోటీర, మణి, ఘృణి, శ్లేష్టిత, అంఘ్రిపీఠుఁడు = గొప్పప్రతాపమనెడు పెద్దదీపములచే దూరముగఁ జెదరఁగొట్టఁబడిన గర్వమనుఁ జీఁకటిగల వైరివీరుల కిరీటములందలి మణికాంతి కిరణములచేఁ జుట్టఁబడినపాదప్రదేశము కలవాఁడు. ఇందుఁ గూఢవ్యంగ్యమే వాచ్యార్థముకంటె నతిశయముగా నుండుటచే ధ్వనియని తెలియునది.

192 గ్రుంగుడుపాటునన్ = మణుఁగుపాటుచే,

193 నీవలమూఁపులావు = నీభుజశిరముయొక్క బలము, ఊఱటపట్టు = విశ్రాంతి,

209 ఇందు శ్లేషమను కావ్యగుణము సారయునది.

క॥ ఇలసంధిగూడి పదములు
నెలకొని యొకపదమురీతి నిలిచిన శ్లేషం

పరస్త్రీగమనమువలన ఆయుర్హానికలుగుననుటకు

శ్లో॥ 'ఆయుఃక్షతిర్వ్యాకులతా హ్యసహ్యతా చ
నిందాగృహేనిలఘుతావిగతిః పరత్ర
స్యాదేవయద్యపిరతేన పరాంగనాయాః'

265 'ఉత్తమమిత్త్రాంగునకు నొంటిమెయిన్
దగనీవువచ్చినన్'

నీవుఒంటరిగా వచ్చినచో పరస్త్రీగమనవాంఛా ఫలముగుమరణంబు ననుభవించుటకు నర్తనశాలయే ఉత్తమముగా నుండునని హృదయము.

268 'ఈవుసుబొమ్ము - ఏనునీ కాదగుపని సేసెదన్' నీవుచనుము - నేనునుభీముని చెంతకేగి నీవధకుందగుయత్న మొనర్తునని గూఢభావము.

271 ఈపద్యమునందు సార్థబిందుక, నిరర్థబిందుకప్రాసము కూర్పం బడినది.

చీఁకటిశబ్దములో నరసున్నయున్నది. తక్కువవానిలో లేవు.

'ఒకటి కరసున్నగలిగి మాఁటకవి లేక
ప్రాసములు లఘుపదములై పైనిచెల్లుఁ
గృతులనొక్కొక్కచో నదియెట్టులనిన
నీఁకను నెఱిఁగింతుఁ జెప్పుఁడీసుకవులవగ

(ఆనందరంగరాట్ఛందము)

277 అఱిముఱితిన్ = సంభ్రమముతో,

282 వెఱ = భయము, చఱవన్ = ఆక్రమింపఁగా,

పఱిపఱి = పీడింపఁబడినది, ఎయిదన్ = పొందఁగా,

286 ఒవ్వనివారు = సరిపడనివారు,

www.ingramcontent.com/pod-product-compliance
Lightning Source LLC
LaVergne TN
LVHW020119220825
819277LV00036B/499
9781022236257